PINAKAMAHUSAY PAG-IILAW NG APOY MGA PAMPAINIT 2024

Inumin, Matamis, At Mga Shareable Upang Masiyahan sa Paligid ng Campfire

PAISLEY DOYLE

Copyright Material ©2024

Lahat ng Karapatan ay Nakalaan

Walang bahagi ng aklat na ito ang maaaring gamitin o ipadala sa anumang anyo o sa anumang paraan nang walang wastong nakasulat na pahintulot ng publisher at may-ari ng copyright, maliban sa mga maikling sipi na ginamit sa isang pagsusuri . Ang aklat na ito ay hindi dapat ituring na kapalit ng medikal, legal, o iba pang propesyonal na payo.

TALAAN NG MGA NILALAMAN

TALAAN NG NILALAMAN 3
PANIMULA 6
MGA NABAHAGI 7
    1. Camping Donut Holes 8
    2. Mga Backpacker Bar 10
    3. Orange Cup Gingerbread 12
    4. Camping Bread Pizza Sandwich 14
    5. Camp Skewered Cantaloupe 16
    6. Chuckwagon Kabobs 18
    7. Camping Orange Muffins 20
    8. Camping French Toast 22
    9. Tinapay ng Ginger at Applesauce 24
    10. Camping Blue Corn Tortilla 26
    11. Pangunahing Bannock Bread 28
    12. Tinapay ng Kampo 31
    13. Camp Cornbread 33
    14. Bacon Baked Potatoes 35
    15. Camp Donuts 37
    16. Tinapay ng Unggoy sa Campfire 39
    17. Dutch Oven Beer Bread 41
    18. Campfire Hot Sandwich 43
    19. Camping Yeast Pancake 45
MATAMIS 47
    20. Bangka ng saging 48
    21. Backcountry Cake 50
    22. Camping Orange Surprise 52
    23. Campfire Cobbler 54
    24. Matamis na Treat 56
    25. Peanut Butter Cookies 58
    26. Smore-tacular na Mansanas 61
    27. Camping Dump Cake 63
    28. Cherry Fudge Goodies 65
    29. Kape Can Ice Cream 67
    30. Trail Brownies 69
    31. Campfire Cinnamon Apples 71
    32. Campfire Cinnamon Coffeecake 73
    33. Campfire Fondue 75
INUMAN 77
    34. Campfire Hot Cocoa 78
    35. Camping Cowboy Coffee 80
    36. Belgian Hot Toddy 82

37. Chai Hot Toddy 84
38. Peach Hot Toddy 86
39. Elderberry Hot Toddy Elixir 88
40. Heather Honey Hot Toddy 90
41. Mulled rosemary wine at black tea 92
42. Mulled Ale with Spices and Brandy 94
43. Cardamom at Rose Spiced Hot Chocolate 96
44. Mexican-Inspired Spiced Hot Chocolate 98
45. Gingerbread Spiced Hot Chocolate 100
46. Chai Spiced Hot Chocolate 102
47. Peta mainit na tsokolate 104
48. Red Velvet Hot Chocolate 106
49. Cheesy Hot Chocolate 108
50. Goat Cheese at Honey Hot Chocolate 110
51. Blue Cheese Hot Chocolate 112
52. Parmesan at Sea Salt Hot Chocolate 114
53. Pepper Jack at Cayenne Hot Chocolate 116
54. Toblerone mainit na tsokolate 118
55. Cheesy Hot Toddy 120
56. Coconut Hot Chocolate 122
57. Ferrero Rocher Hot Chocolate 124
58. Honeycomb Candy Hot Chocolate 126
59. Maple Hot Chocolate 128
60. Rose Hot Chocolate 130
61. Orange Blossom Hot Chocolate 132
62. Elderflower Hot Chocolate 134
63. Hibiscus Hot Chocolate 136
64. Lavender Hot Chocolate 138
65. Madilim na Matcha Hot Chocolate 140
66. Mint Hot Chocolate 142
67. Rosemary Hot Chocolate 144
68. Basil Hot Chocolate 146
69. Sage Hot Chocolate 148
70. Oreo White Hot Chocolate 150
71. Biscoff Hot Chocolate 152
72. Snickerdoodle Hot Chocolate 154
73. Mint Chocolate Chip Hot Chocolate 156
74. Gingerbread Hot Chocolate 158
75. Mulled Wine 160
76. Pudsey bear biskwit Mainit na tsokolate 162
77. Brownie Hot Chocolate 164
78. Açaí Hot Chocolate 166
79. Black Forest Hot Chocolate 168
80. Spicy Aztec Hot Chocolate with Tequila 170

81. Strawberry Hot Chocolate 172
82. Orange Hot Chocolate 174
83. Raspberry Hot Chocolate 176
84. Banana Hot Chocolate 178
85. Nutella Hot Chocolate 180
86. PB&J-inspired na mainit na tsokolate 182
87. Peanut Butter Banana Hot Chocolate 184
88. Serendipity's Frozen Hot Chocolate 186
89. Amaretto Hot Chocolate 189
90. Mainit na Tsokolate na Nilagyan ng Alak 191
91. Spiked Peppermint Hot Chocolate 193
92. RumChata Spiced Hot Chocolate 195
93. Spiced Orange Hot Chocolate 197
94. Cafe Au Lait 199
95. Classic Americano 201
96. Macchiato 203
97. Mocha 205
98. Latte 207
99. Baileys Irish Cream Hot Chocolate 209
100. Mexican Spiced Coffee 211

KONKLUSYON **213**

PANIMULA

Maligayang pagdating sa "PINAKAMAHUSAY PAG-IILAW NG APOY MGA PAMPAINIT 2024," ang iyong gabay sa paggawa ng maaliwalas at kasiya-siyang karanasan sa palibot ng campfire. Ang koleksyon na ito ay isang selebrasyon ng init at pakikipagkaibigan na kasama ng pagbabahagi ng mga inumin, matamis, at shareable sa kumikislap na ningning ng apoy. Samahan kami sa isang paglalakbay na ginagawang hindi malilimutang mga sandali ang iyong mga panlabas na pagtitipon na puno ng mga nakakaaliw na pagkain at kagalakan ng pagsasama.

Isipin ang isang eksena kung saan ang kumakaluskos na apoy ay nagbibigay ng backdrop para sa mga tawanan, mga kwentuhan, at ang bango ng masasarap na fireside treat. Ang "PINAKAMAHUSAY PAG-IILAW NG APOY MGA PAMPAINIT 2024" ay hindi lamang isang koleksyon ng mga recipe; ito ay isang paggalugad ng sining ng paglikha ng mga di malilimutang sandali sa paligid ng apoy sa kampo. Kung kamping ka man kasama ng mga kaibigan, nagho-host ng bonfire sa likod-bahay, o naghahangad lang ng coziness ng isang fireside evening, ang mga recipe na ito ay ginawa para pagandahin ang iyong karanasan sa labas na may masasarap na inumin, matamis, at shareable . Mula sa mga pampainit na inumin tulad ng spiced cider at mainit na tsokolate hanggang sa malapot na s'mores at masarap na mga meryenda sa campfire, ang bawat recipe ay isang pagdiriwang ng mga lasa at tradisyon na ginagawang espesyal ang mga pagtitipon sa fireside. Humihigop ka man sa isang nakaaaliw na inumin, nagpapakasawa sa isang matamis na pagkain, o nakikibahagi ng mga masasarap na kagat sa mga kaibigan, ang koleksyon na ito ang iyong gabay sa pagpapataas ng iyong mga pampainit sa fireside.

Samahan kami sa pagsisimula namin sa isang paglalakbay sa mundo ng mga fireside delight, kung saan ang bawat paglikha ay isang patunay ng kagalakan ng pagtitipon sa paligid ng apoy, pagkonekta sa mga mahal sa buhay, at pagtikim ng mga simpleng kasiyahan ng mga sandali sa labas. Kaya, tipunin ang iyong mga kumot, pasiklabin ang apoy, at gumawa tayo ng mga pangmatagalang alaala kasama ang "PINAKAMAHUSAY PAG-IILAW NG APOY MGA PAMPAINIT 2024."

MGA NABAHAGI

1. Camping Donut Holes

MGA INGREDIENTS:
- 2 buttermilk biscuit sa isang lata (ang pop open type)
- 1 tasa ng pagpapaikli
- 1 tasang powdered sugar o asukal/cinnamon mix

ESPESYAL NA APARATO:
- bag ng papel

INSTRUCTIONS:
a) Sa isang malinis na lugar ng trabaho, hatiin ang mga lata ng biskwit at kunin ang bawat biskwit at hatiin sa ikaapat na bahagi at igulong ang bawat piraso sa isang bola.
b) Matunaw ang shortening sa kawali.
c) Kunin ang bawat bola at iprito sa kawali mga 1 minuto sa bawat panig.
d) Subukang huwag masyadong tumilaok ang kawali sa pamamagitan ng pagluluto nang sabay-sabay. Ito ay magiging mas madaling kayumanggi sa bawat panig.
e) Kutsara ang bola at ihulog sa bag na puno ng asukal at iling.

2.Mga Backpacker Bar

MGA INGREDIENTS:
- 1 tasang mantikilya
- 4 na itlog -- bahagyang pinalo
- 1 ½ tasang brown sugar
- 2 tasang buong almond
- 1 tasa ng mabilis na pagluluto ng oats
- 1 tasang chocolate chips
- 1 tasang buong harina ng trigo
- ½ tasang tinadtad na petsa
- 1 tasang puting harina
- ½ tasa tinadtad na pinatuyong mga aprikot
- ½ tasang mikrobyo ng trigo
- ½ tasang hinimay na niyog
- 4 na kutsarita na gadgad na balat ng orange

INSTRUCTIONS:

a) Painitin muna ang oven sa 350. Cream butter na may 1 tasang brown sugar.

b) Paghaluin ang mga oats, harina ng trigo, puting harina, mikrobyo ng trigo, at balat ng orange.

c) Pindutin ang pinaghalong sa ilalim ng isang ungreased 9 x13-inch baking pan.

d) Pagsamahin ang mga itlog, almendras, chocolate chips, petsa, aprikot, niyog at natitirang ½ tasa ng brown sugar. Paghaluin nang malumanay, ngunit lubusan.

e) Ibuhos sa pinaghalong mantikilya. Ikalat nang pantay-pantay. Maghurno ng 30-35 minuto at palamig bago hiwain sa mga bar.

3.Orange Cup Gingerbread

MGA INGREDIENTS:
- 7 dalandan
- Ang iyong paboritong gingerbread mix

INSTRUCTIONS:

a) Hugasan ang mga dalandan mula sa itaas at siguraduhing hindi ka magbubutas sa orange (maliban sa itaas).
b) Punan ang orange sa kalahati sa itaas na may gingerbread batter.
c) I-wrap nang maluwag ang orange sa aluminum foil.
d) Ilagay ang aluminum foiled oranges sa uling ng campfire at hayaang maluto ng humigit-kumulang 12 minuto o higit pa.
e) Subukan ang mga ito upang makita kung ang gingerbread ay tapos na. Kung hindi, ilagay muli sa mga uling at magluto ng ilang minuto.
f) Enjoy!

4. Camping Bread Pizza Sandwich

MGA INGREDIENTS:
- Tinapay
- mantikilya
- 1 Latang Pizza Sauce
- Pepperoni, hiniwa
- 1 pakete na Pinutol na Pizza Cheese

INSTRUCTIONS:
a) Gupitin ang isang seksyon ng foil na sapat na malaki upang balutin ang iyong pizza sandwich. Ilagay ang foil na mapurol sa gilid.
b) Mantikilya ang isang bahagi ng isang slice ng tinapay at ilagay ito sa gilid ng mantikilya pababa.
c) Ikalat ang sarsa ng pizza sa tinapay. Magdagdag ng pepperoni (o anuman).
d) Magdagdag ng pizza cheese. Mantikilya ang isang bahagi ng isa pang hiwa ng tinapay at ilagay ito sa gilid ng mantikilya sa iyong pizza sandwich.
e) I-wrap ang iyong pizza sandwich sa foil at ilagay sa mainit na uling sa loob ng 3-4 minuto bawat gilid, depende sa kung gaano kainit ang iyong mga uling.
f) Maghubad at kumain.

5.Camp Skewered Cantaloupe

MGA INGREDIENTS:
- 1 cantaloupe
- ½ tasang pulot
- ¼ tasang mantikilya
- ⅓ tasa tinadtad na sariwang dahon ng mint

INSTRUCTIONS:
a) Painitin muna ang grill para sa katamtamang init.
b) I-thread ang mga tipak ng cantaloupe sa 4 na skewer. Sa isang maliit na kasirola, painitin ang mantikilya o margarin na may pulot hanggang matunaw. Haluin ang mint.
c) Brush cantaloupe na may honey mixture. Banayad na oil grate.
d) Maglagay ng mga skewer sa heated grill. Magluto ng 4 hanggang 6 na minuto, lumiko upang maluto ang lahat ng panig.
e) Ihain kasama ang natitirang sauce sa gilid.

6.Chuckwagon Kabobs

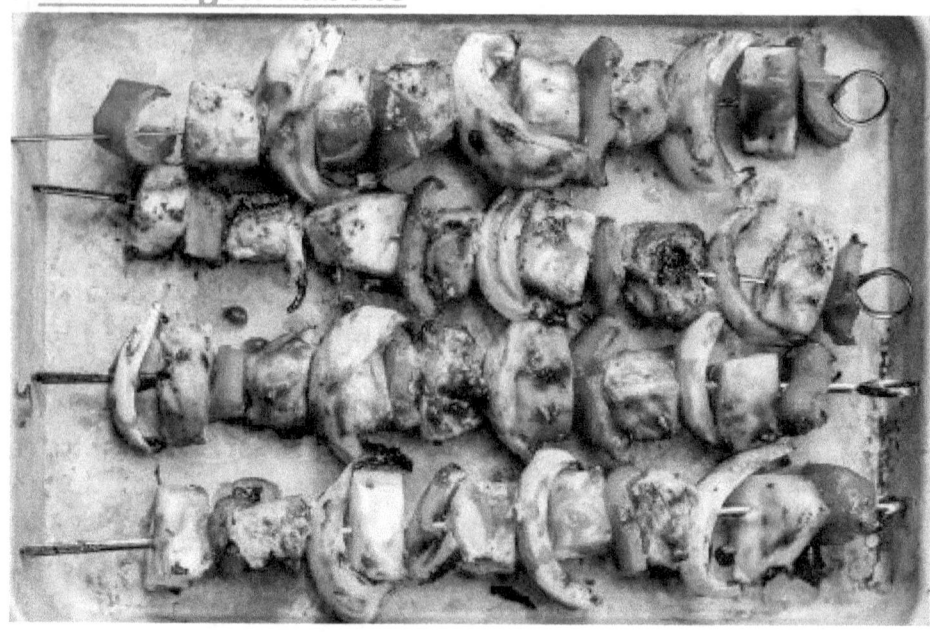

MGA INGREDIENTS:
- 16-onsa na pakete ng mainit na aso -- gupitin sa ikatlong bahagi
- 16-ounce na pakete na pinausukang frank -- hiwa sa ikatlong bahagi
- 30-onsa na pakete ng frozen na steak fries

INSTRUCTIONS:
a) I-thread ang lahat ng sangkap na halili sa mga skewer; balutin nang maluwag sa heavy-duty foil, kung ninanais.
b) Ihaw, walang takip ng grill, sa sobrang init (350-400 degrees) 3-4 minuto sa bawat panig.

7. Camping Orange Muffins

MGA INGREDIENTS:
- halo ng muffin
- sariwang berry
- 6 buong pusod na dalandan

INSTRUCTIONS:
a) Kunin ang iyong paboritong muffin mix at magdagdag ng mga sariwang berry.
b) Gupitin ang mga dalandan sa kalahati at alisin ang mga seksyon, ngunit huwag butasin ang balat.
c) Ibuhos ang muffin mix sa orange na kalahati at takpan ang isa pang kalahati nito. I-wrap sa foil at lutuin ng 10 hanggang 12 minuto o ayon sa itinuro sa mga tagubilin sa paghahalo.

8. Camping French Toast

MGA INGREDIENTS:
- 2 libra ang kapal ng hiniwang bacon
- Tinapay na maasim
- 4-6 na itlog
- katas ng vanilla
- cinnamon sticks
- MAPLE syrup

INSTRUCTIONS:
a) Magkaroon ng napakagandang apoy sa mga uling. Gamit ang isang cast iron skillet, iprito ang bacon. Itago ang lahat ng taba ng bacon sa kawali.
b) Hiwain ang sourdough bread sa makapal na hiwa na hindi bababa sa 1 pulgada ang kapal.
c) Pagsamahin ang mga itlog, kaunting tubig, maraming totoong vanilla extract, at ilang gadgad na kanela sa mangkok.
d) Isawsaw ang tinapay sa pinaghalong itlog upang ito ay mabuti at ibabad at ilagay sa mainit na mantika ng bacon.
e) Lutuin hanggang sa mabuti at kayumanggi at malutong.
f) Ibuhos ang tunay na maple syrup sa buong ibabaw.
g) Pinakamasarap sa labas sa kakahuyan!

9.Ginger Bread at Applesauce

MGA INGREDIENTS:
- 1 kahon ng gingerbread mix
- 24 ounces garapon ng mansanas

INSTRUCTIONS:
a)   Magsimula ng hardwood campfire.
b)   Ibuhos ang sarsa ng mansanas sa isang greased cast iron Dutch oven.
c)   Paghaluin ang gingerbread batter ayon sa mga tagubilin at ibuhos sa sarsa ng mansanas .
d)   Ilagay ang may takip na Dutch oven sa isang higaan ng mga uling at maglagay ng pala na puno ng mainit na uling sa takip. HUWAG ilagay ang Dutch oven SA isang malaking kama ng mga uling, ngunit sa isang solong layer lamang ng mainit na uling.
e)   Kung gumagamit ng uling, ilagay ang Dutch oven sa isang kama ng mainit na uling at ilagay ang halos parehong numero sa takip.
f)   Suriin kung tapos na pagkatapos ng 20 minuto. Hindi mo gustong sunugin ang sarsa ng mansanas, ngunit gusto mong maluto ang tinapay na luya. Gumamit ng toothpick para subukan. Ihain nang mainit!

10. Camping Blue Corn Tortillas

MGA INGREDIENTS:
- 2 tasang asul na harina ng mais
- 1 kutsarang langis ng oliba
- 1 ½ tasa ng maligamgam na tubig
- kurutin ang magaspang na asin

INSTRUCTIONS:
a) Paghaluin ang asul na harina ng mais na may langis ng oliba at maligamgam na tubig na may isang pakurot ng asin.
b) Pagulungin ang harina ng tortilla sa mga bilog na bola ng kuwarta na halos kasing laki ng bola ng tennis, at pindutin ang mga ito nang patag sa pagitan ng malinaw na mga bag ng ani.
c) Iprito ang mga ito sa apoy sa isang kawali na bakal.

11. Pangunahing Bannock Bread

MGA INGREDIENTS:
- 1 tasang harina (puti o pinaghalong puti at buong trigo)
- 1 kutsarita ng baking powder
- ¼ kutsarita ng asin
- ¼ tasa ng tuyong gatas na pulbos
- 1 kutsarang shortening

INSTRUCTIONS:
a) Gawin ang halo sa bahay nang maaga. Salain ang lahat ng mga tuyong sangkap, at pagkatapos ay unti-unting gupitin ang shortening gamit ang isang pastry cutter o dalawang kutsilyo hanggang sa magkaroon ka ng butil-butil, parang corn meal na timpla.

b) Ilagay sa isang zip-lock na bag para sa madaling transportasyon. Maaari kang gumawa ng malalaking batch nang sabay-sabay at gumawa ng sapat na Bannock mix para sa isang biyahe sa maikling ayos. Siguraduhing salain nang mabuti ang mga tuyong sangkap, para hindi ka magkaroon ng mga problema sa lebadura.

c) Ang susi sa pagluluto ay isang pare-parehong init. Bagama't ang apoy ay hindi nagpapahiwatig ng masamang apoy sa pagluluto, pinakamahusay na gumagana ang pulang kumikinang na apoy mula sa hardwood. Magsimula sa isang maliit na cast iron frying pan at langisan ito ng mabuti.

d) Ibuhos ang ilang tubig sa zip-lock bag at ihalo ito sa paligid. Dahil ang tubig at baking powder ay bumubuo ng car-bon dioxide upang gawing magaan ang tinapay, mas mabilis kang pumunta mula sa paghahalo hanggang sa kawali, mas magaan ang iyong Bannock (palagi pa ring may mga bukol).

e) Kung gaano karaming tubig ang idaragdag mo ay depende sa kahalumigmigan at personal na panlasa. Hindi mo nais na mas payat kaysa sa isang muffin consistency. Maaari mong ipamahagi ang kuwarta gamit ang isang sundot ng isang daliri o isang stick o isang kutsara kung kinakailangan, ngunit dapat itong lumabas sa isang medyo pare-parehong bukol. Tandaan, palaging mas madaling magdagdag ng tubig kaysa ilabas ito.

f) I-squeeze ang mix mula sa bag at papunta sa warmed pan (hindi nakakapaso - kung umuusok ang mantika, sobrang init nito). Maaaring painitin ang kawali sa ibabaw ng apoy kung mayroon kang rehas na bakal, o isasandig sa ilang troso malapit sa pinagmumulan ng init . Hindi ito dapat sumirit o sumirit na parang pancake batter, ibig sabihin ay masyadong mainit ang mga bagay. Palamigin ito at maging matiyaga. Ang tinapay ay magsisimulang tumaas nang dahan-dahan.

g) Magsisimulang magmukhang tinapay ang iyong Bannock. Sa puntong ito , gugustuhin mong i-flip ito: ang isang maliit na pag-iling ng kawali at pagpitik ng pulso ay maaaring ibalik ito, ngunit ang isang spatula ay patas din. Sa puntong ito, ituloy mo lang ito. Malalaman mo kapag tapos na.

h) Kung mayroon kang takip, maaari mong subukang lutuin ang iyong Bannock Dutch oven-style at maglagay ng mga uling sa iyong takip ng kawali. Kung hindi, maaari mo itong ibalik upang lutuin ang tuktok (maingat!) o kung hindi man, kapag tapos na ang ibaba , itapat ang kawali sa isang troso na ang tuktok ay nakaharap sa apoy.

12. Tinapay ng Kampo

MGA INGREDIENTS:
- 1 lb na pinaghalong tinapay, anumang uri
- Bake Packer (aluminum grid para sa ilalim ng palayok)
- 1 galon Oven bag
- Tubig
- Pot

INSTRUCTIONS:

a) Ilagay ang pinaghalong tinapay sa bag; magdagdag ng tubig sa bawat direksyon at ihalo sa pamamagitan ng pagmamasa ng bag.

b) Ilagay ang bag sa palayok; takpan at ilubog sa araw sa loob ng isa o dalawang oras.

c) Pagkatapos bumangon ang tinapay, dahan-dahang alisin ang bag.

d) Ilagay ang bake packer sa ilalim ng palayok at magdagdag ng sapat na tubig sa palayok upang takpan ang grid. Ibalik ang bag ng tinapay sa palayok at ilagay sa takip.

e) Ilagay ang palayok sa direktang apoy at lutuin.

f) Kapag lumipas na ang oras, HUWAG TANGGALIN ANG TAKOT. itakda ng humigit-kumulang 20 minuto.

g) Alisin ang takip; alisin ang plastic bag mula sa palayok; hatiin ang bukas na bag at balatan ang tinapay.

h) Hiwain ang tinapay sa takip ng palayok.

13. Camp Cornbread

MGA INGREDIENTS:
- 1 tasang cornmeal
- 1 tasang harina
- 2 kutsarita ng baking powder
- ¾ kutsarita ng asin
- 1 tasang gatas
- ¼ tasa ng langis ng gulay

INSTRUCTIONS:

a) Paghaluin ang mga tuyong sangkap. Gumalaw sa mga likido. Ilagay sa isang well-greased, heated 10 o 12-inch cast-iron skillet.

b) Takpan ng mahigpit.

c) Maghurno sa mahinang apoy sa loob ng 20 hanggang 30 minuto, o hanggang matigas sa gitna.

d) Kapag nagluluto sa mainit na uling, ilagay ang kawali sa mababang grill, sa tatlong rock stand sa mga uling o direkta sa mga uling. Maglagay ng mga uling sa ibabaw ng takip upang mas pantay na ipamahagi ang init.

e) Ang mga inihurnong pagkain ay mas malamang na masunog sa ibaba kaysa sa itaas. Upang maiwasan ang pagkasunog, suriin ang temperatura ng iyong mga uling bago ilagay ang kawali sa mga ito.

f) Hawakan ang iyong kamay mga anim na pulgada sa itaas ng mga baga; dapat itong mainit, ngunit dapat mong panatilihin ang iyong kamay sa lugar sa loob ng walong segundo.

14. Bacon Baked Potatoes

MGA INGREDIENTS:
- 5 libra bilog na puting patatas
- 1 libra manipis na hiniwang bacon
- aluminyo palara

INSTRUCTIONS:

a) Kuskusin ang patatas sa tubig, sundutin ng tinidor. I-wrap sa isang layer ng bacon. I-wrap sa foil, makintab na gilid patungo sa loob.

b) Humiga sa tabi ng mga baga ng apoy sa kampo, na madalas na umiikot gamit ang mahabang sipit.

c) Suriin ang pagiging handa sa pamamagitan ng pagsundot gamit ang isang tinidor, kapag ang tinidor ay madaling dumausdos sa patatas, alisin ang mga ito sa apoy.

d) Ihain kasama ng iyong napiling mga toppings, at i-save ang anumang natirang pagkain na ipapainit muli para sa almusal.

e) Maaaring hiwain ang mga natira , at ihalo sa piniritong itlog at keso para sa mabilis na masarap na almusal .

15.Mga Camp Donut

MGA INGREDIENTS:
- Mantika
- Anumang uri ng biskwit sa isang tubo mula sa seksyon ng pagawaan ng gatas
- Pinaghalong kanela at asukal

INSTRUCTIONS:
a) Sa isang kalan, painitin ang mantika sa sapat na init upang iprito ang mga biskwit.
b) Butasan ang mga biskwit gamit ang iyong hinlalaki sa gitna mismo.
c) Kapag handa na ang mantika ilagay ang mga donut sa mantika. Lumiko kapag handa na.
d) Alisin sa mantika kapag sila ay browned . Agad na gumulong sa halo ng kanela at asukal.

16.Tinapay ng Unggoy na apoy sa kampo

MGA INGREDIENTS:
- 4 na lata ng biskwit
- 1 tasang asukal
- 1 tasang brown sugar
- 4 tbs. kanela
- 1 stick margarine

INSTRUCTIONS:

a) Gupitin ang mga biskwit sa apat na bahagi.

b) Paghaluin ang asukal at kanela sa isang plastic bag. Ilagay ang mga biskwit sa bag at balutin ng mabuti. Ilagay sa Dutch oven.

c) Matunaw ang margarin at ibuhos sa mga biskwit; budburan ng brown sugar.

d) Maghurno sa medium coals 20 hanggang 25 minuto.

17.Dutch Oven Beer Bread

MGA INGREDIENTS:
- 3 tasang self-rising na harina
- 3 kutsarang asukal
- 1 tbs tuyong onion flakes
- 12 ounces beer, walang dark beer

INSTRUCTIONS:
a)   Paghaluin ang lahat ng tuyong bagay. Ibuhos sa beer; ihalo at ihiga sa ibabaw ng trabaho. Masahin lang ng kaunti para makabuo ng dough ball.
b)   I-flatt out ito at ilagay sa isang well-greased Dutch Oven .
c)   Ilagay ang Dutch Oven sa mga uling (⅓ ng mga uling sa ibaba - ⅔ ng mga uling sa itaas) at maghurno ng mga 15 hanggang 25 minuto, suriin pagkatapos ng unang 10 minuto o higit pa.
d)   Kapag maganda at kayumanggi sa ibabaw, alisin at ihain.

18. Campfire Hot Sandwich

MGA INGREDIENTS:
- Mga pakete ng maliliit na dinner roll, o 2 dosenang kaiser roll
- 1½ libra na inahit na deli ham
- ½ bloke ng Velveeta cheese na ginutay-gutay
- 7 hard-boiled na itlog na hiniwa
- 3 kutsarang mayonesa

INSTRUCTIONS:
a) Pagsamahin ang lahat ng mga sangkap at punan ang mga roll.
b) I-wrap ang bawat sandwich sa foil nang paisa-isa, at init sa apoy sa loob ng mga 15 minuto.

19. Camping Yeast Pancake

MGA INGREDIENTS:
- 3 tasang puting harina (o paghaluin ang puti at buong trigo)
- 3 tasang mainit na gatas
- 4 na kutsarang langis ng gulay
- 3 buong itlog, talunin hanggang mabula
- 1 kutsarita ng asin
- 1 kutsarang asukal
- 2 pakete ng dry yeast (mabilis na tumaas)
- 2 kutsarang plain yogurt

INSTRUCTIONS:
a) Idagdag ang parehong pakete ng dry yeast sa mainit na gatas.
b) I-dissolve ang lebadura nang lubusan, gamit ang isang wire whip.
c) Idagdag ang kumbinasyong ito sa harina sa isang malaking mangkok ng paghahalo. Pagkatapos, magdagdag ng mga itlog at ihalo.
d) Idagdag ang mantika, asin, asukal at yogurt. Pagkatapos itiklop-in ang mga ito
e) sangkap, takpan ang mangkok ng paghahalo ng isang basang tuwalya at ilagay ang mangkok sa isang mainit na lugar (Kung mayroon kang gas oven na may pilot light, ito ay isang perpektong lugar, kung hindi, ang isang lugar sa araw ay gumagana nang maayos).
f) Hayaang tumaas ang pinaghalong batter (kahit saan mula 20 hanggang 40 minuto) hanggang sa magkaroon ito ng napakagaan, mabula na texture.
g) Magpainit ng kawali o malaking kawali hanggang sa mabuhos mo ang mga patak ng tubig dito at tumalbog ang mga ito. Ayusin ang apoy (o temperatura ng kalan) upang umangkop, ngunit mag-ingat na panatilihing katamtaman ang apoy. Ang isang mas mababang temperatura ay pinakamahusay na gumagana.

MGA MATAMIS

20. Bangka ng saging

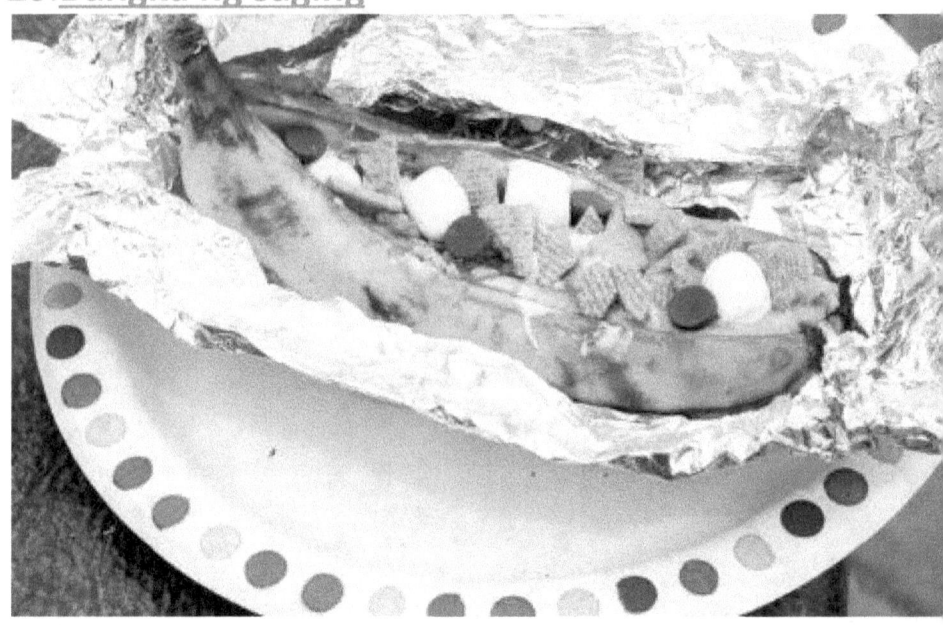

MGA INGREDIENTS:
- 1 hinog na saging bawat tao
- mga mini marshmallow
- chocolate chip
- peanut butter

INSTRUCTIONS:

a) Hilahin pabalik ang bahagi ng balat ng saging na isang pulgada ang lapad, ngunit huwag itong putulin mula sa saging (makakatulong ang isang kutsilyo na makakuha ng pinakamahusay na hugis sliver)

b) Gamit ang kutsara, mag-scoop ng ilang pulp ng saging. Punan ng marshmallow, chocolate chips, at peanut butter kung gusto

c) Hinila ni Lay ang balat sa ibabaw ng saging. I-roll/balutin ang saging sa foil at ilagay sa ibabaw o malapit sa campfire heat.

d) Kumanta ng mga nakakatawang kanta o magkwento ng mga nakakatakot na kwento (mga 10 minuto). Alisin mula sa apoy, buksan ang balutan, at gumamit ng kutsara upang magsalok ng masarap na malapot na matamis.

21. Backcountry Cake

MGA INGREDIENTS:
- 1 tasang Bisquick
- ⅓ tasa ng mainit na halo ng kakaw
- ⅓ tasa ng asukal
- 1 tasang tubig pulot

INSTRUCTIONS:
a) Lubusan ihalo ang lahat ng solids, pagkatapos ay dahan-dahang ihalo sa tubig.
b) Idagdag ang batter sa isang nonstick o greased pan (gumamit kami ng kaunting olive oil).
c) Magluto sa apoy o kalan, ngunit maging maingat upang makontrol ang temperatura.
d) Upang maiwasang masunog ang ilalim, maaari mong baguhin ang taas ng kawali o ilagay ang kawali sa ibabaw ng isang palayok ng tubig na kumukulo.
e) Kung mayroon kang ½ pulgadang makapal na dami ng batter sa iyong kawali, ito ay dapat tumagal ng humigit-kumulang 15 minuto upang lubusang maluto.
f) Kung gusto mo, ulitin upang lumikha ng maraming mga layer at isalansan ang mga ito kasama ng pulot.

22. Camping Orange Surprise

MGA INGREDIENTS:
- buong dalandan
- gingerbread cake mix
- sangkap para sa paggawa ng halo
- mansanas
- mga pasas
- karot
- vanilla yogurt
- kintsay
- maliliit na marshmallow
- Mayonnaise

INSTRUCTIONS:
a) Gupitin ang mga dalandan sa kalahati at i-scoop ang mga loob (i-save ang mga balat).
b) Ilagay ang pulp sa isang malaking mangkok. Gupitin ang mga mansanas, gupitin ang mga karot at gupitin ang kintsay sa maliliit na piraso. Idagdag ang mga pasas at ang marshmallow.
c) Paghaluin ang mayonesa at yogurt sa isang dressing upang magamit sa salad.
d) Sa isang hiwalay na mangkok, idagdag ang cake mix at ang iba pang mga sangkap.
e) Punan ang scooped out orange shell ¾ puno ng cake mix.
f) Itakda ang orange shell at halo ng cake sa pantay na uling mula sa iyong nasunog na apoy o uling. Maaari mong takpan nang maluwag ang isang sheet ng foil.
g) I-bake hanggang maluto (toothpick test). Mayroon ka na ngayong malusog na salad at orange flavored cake para sa dessert.

23.Campfire Cobbler

MGA INGREDIENTS:
- 2 malalaking lata ng peach, mansanas o cherry crumb cake mix
- 1 itlog
- tilamsik ng gatas

INSTRUCTIONS:
a) Sa isang Dutch oven, ibuhos ang dalawang malalaking lata ng prutas sa palayok.
b) Paghaluin ang isang kahon ng mumo na cake na ihalo sa isang itlog at kaunting gatas.
c) Ibuhos ang batter sa ibabaw ng prutas at hiwain ang isang stick ng mantikilya at ilagay ang mga hiwa sa ibabaw ng mix.
d) Ilagay ang takip sa kaldero at lutuin gamit ang ilang pala ng mainit na apoy sa kampo sa ibabaw ng takip ng humigit-kumulang 30-40 min hanggang sa malambot ang cake at maluto ang crumb topping.
e) Alisin ang mga uling at magsaya. Pinakamainam kung hayaan mo itong lumamig. Nakapaso sa prutas ang bibig ng iyong kaibigan!

24. Sweet Treats

MGA INGREDIENTS:
- pinalamig na biskwit
- natunaw na mantikilya
- kanela
- asukal, pulot o jam

INSTRUCTIONS:
a) Kunin ang iyong paboritong uri ng mga biskwit sa refrigerator at bahagyang patagin ang mga ito.
b) Paikutin ang mga ito sa isang stick at inihaw hanggang sa ginintuang kayumanggi at tapos na sa loob.
c) I-roll sa tinunaw na mantikilya o margarine (maaaring gumana ang butter spray) pagkatapos ay i-roll o i-shake sa pinaghalong cinnamon at asukal.
d) Mainam din ang butter na may brown sugar o powdered sugar, o maaari kang gumamit ng honey o jam/jelly.

25. Peanut Butter Cookies

MGA INGREDIENTS:
- 1 tasang peanut butter
- 1 tasang plain na harina
- 1 tasang brown sugar
- ¼ tasa ng mayonesa
- ¼ tasang pulot

INSTRUCTIONS:

a) Paghaluin ang mga sangkap hanggang sa maabot nila ang isang makinis na pagkakapare-pareho.

b) Maghanda ng apoy gamit ang ilang mabagal na pagluluto ng oak na kahoy na may ilang tuyong pagsisindi hanggang sa masunog ito hanggang sa mga uling na mukhang red-lava. Ikalat ang mga uling nang pantay-pantay upang mapuno ang hukay mula sa gilid patungo sa gilid na tumutugma sa laki ng kawali na iyong gagamitin.

c) Ang isang cast iron o heavy steel pan ay mahusay na gumagana at tandaan na mas manipis ang kawali, mas mainit ang temperatura para sa pagluluto. (Gusto mong i-insure ang isang maliit na homemade oven technique para sa pagluluto ng hurno, hindi sizzling o scorching).

d) Ilagay ang iyong rack sa ibabaw ng mga uling na nagbibigay-daan sa halos limang pulgadang pagkakaiba mula sa mga uling patungo sa rack.

e) Paghaluin ang iyong mga kamay at sandok ang humigit-kumulang 1 kutsara ng kuwarta sa iyong palad at igulong ito sa hugis kalahating dolyar na barya, halos kalahating pulgada ang kapal. Pagkatapos ay ilagay ito sa kawali at pindutin ang tuktok gamit ang isang tinidor hanggang ang ilan sa masa ay pumipiga sa mga prongs.

f) Punan nang mabuti ang kawali ng maliliit na paghihiwalay sa pagitan ng mga cookies.

g) Takpan ang kawali gamit ang isang sheet ng aluminum foil, ngunit huwag i-seal ang foil sa kawali. (Ito ay magbibigay-daan sa proseso ng pagluluto na hawakan ang init ngunit hindi mag-set-up ng steam bath).

h) Timplahan ng bahagya ang iyong kawali, dahil may sariling mantika ang peanut butter.

i) Ilagay ang kawali sa heated rack sa ibabaw ng apoy at payagan ang hindi bababa sa 15 minuto para sa mga cookies na maghurno na may sawang tuktok na nagpapalakas ng isang liwanag o madilim na golden-brown tint, ayon sa iyong panlasa.

26.Smore-tacular na mansanas

MGA INGREDIENTS:
- mansanas
- chocolate bar na nahahati sa mga parisukat
- malalaking marshmallow

INSTRUCTIONS:

a) Iwanan ang iyong mga mansanas nang buo, ubusin ang mga ito gamit ang isang melon baller, ngunit iwanan ang ilalim na solid.

b) Ihulog ang dalawang parisukat ng Hershey's sa butas, at tatakan ito ng malaking marshmallow.

c) I-wrap sa foil at lutuin sa mga uling tulad ng gagawin mo sa isang inihurnong patatas.

27. Camping Dump Cake

MGA INGREDIENTS:
- mantikilya
- 16 ounces na lata ng fruit pie filling
- 1 box na halo ng cake
- ½ tasang Tubig

INSTRUCTIONS:
a) Mantikilya ang loob at ibaba ng takip ng Dutch oven.
b) Ibuhos ang pagpuno ng pie sa Dutch oven.
c) Magdagdag ng halo ng cake. Ikalat nang pantay-pantay.
d) Dot top na may mantikilya. Ibuhos ang tubig sa itaas.
e) Ilagay ang takip sa Dutch oven. Ilagay ang Dutch oven sa mga uling.
f) Pala ng ilang uling sa ibabaw ng takip.
g) Maghurno ng pulgada para sa humigit-kumulang 30-45 minuto.
h) Subukan ang cake para sa pagiging handa.
i) Kung kinakailangan, ilagay muli sa mga uling, suriin tuwing 10-15 minuto.

28. Cherry Fudge Goodies

MGA INGREDIENTS:
- 1 Box fudge brownie mix
- 1 ½ tasang hinimay na niyog
- 1 ½ tasa Tinadtad, Candied cherries
- 2 tb Cherry flavoring oil
- 1 tasa tinadtad na mga walnuts, hinati
- Powdered Sugar (para sa topping)
- Pagpapaikli, para sa pagpapadulas

INSTRUCTIONS:
a) Sundin ang mga direksyon ng brownie mix sa kahon. Magdagdag ng niyog, ¾ tasa ng walnut, langis ng pampalasa at seresa.
b) Haluin ng mabuti! Ibuhos ang batter sa greased Dutch Oven o covered baking pan. Magdagdag ng mga uling (5 sa itaas, 7 sa ilalim).
c) Maghurno. Ito ay tapos na kapag ang isang kutsilyo ay lumabas na malinis.
d) Itaas ang natitirang mga walnut at iwiwisik ang powdered sugar.
e) Hayaang lumamig. Gupitin sa mga parisukat.

29. Kape Can Ice Cream

MGA INGREDIENTS:
- 1 pint ng kalahati at kalahati
- ½ tasang asukal
- 1 itlog
- 1 kutsarita ng vanilla o 2 tbs chocolate syrup o ¼ cup strawberry

INSTRUCTIONS:

a) Idagdag ang mga sangkap sa itaas sa 1 pound na lata ng kape. Ilagay ang takip sa lata ng kape at i-secure gamit ang duct tape.

b) Ilagay ang 1 pound na lata ng kape sa 3 pound na lata ng kape.

c) Lagyan ng dinikdik na yelo at rock salt at ilagay ang takip sa 3 pound na lata ng kape.

d) Ngayon ang saya ay nagsisimula! Maghanap ng kasama. Umupo sa lupa at igulong ang lata ng kape pabalik-balik, 3 hanggang 4 na talampakan ang pagitan.

e) Roll para sa 8 hanggang 10 minuto. Tingnan kung matigas ang ice cream. Kung hindi , palitan ang takip at magdagdag ng higit pang yelo at rock salt. Roll para sa isa pang 8 minuto. Ihain sa magandang sukat na mga mangkok.

30. Trail Brownies

MGA INGREDIENTS:
- ½ tasang graham crackers, durog
- 1 kutsarang powdered milk
- 2 tablespoons walnuts, tinadtad
- 2 onsa chocolate chips

INSTRUCTIONS:

a) Sa bahay: Isama ang graham crackers at nuts sa isang baggie. Sa isang hiwalay na baggie, pagsamahin ang gatas at chips.

b) Sa kampo: Magdagdag ng 2 kutsarang kumukulong tubig sa pinaghalong gatas/chip at haluin hanggang matunaw.

c) Mabilis na ihalo ang cracker/nut mixture at hayaang lumamig .

31. Campfire Cinnamon Apples

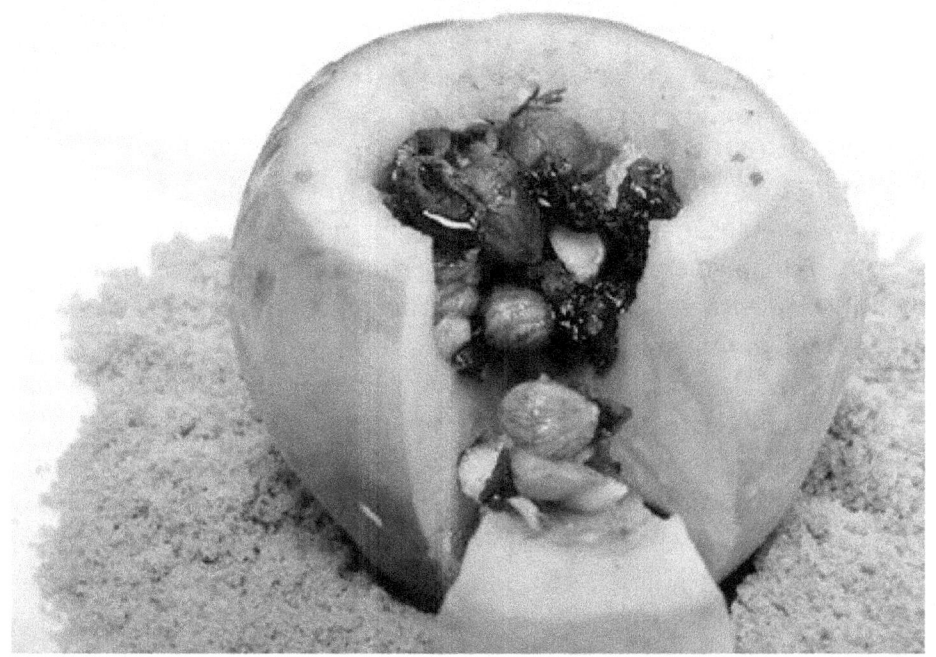

MGA INGREDIENTS:
- Mga mansanas
- Cinnamon candies/Red Hots
- Aluminum foil

INSTRUCTIONS:

a) Gamit ang isang matalim na kutsilyo o apple corer, ubusin ang bawat mansanas habang nag-iingat na hindi tuluyang dumaan.

b) Punan ang bawat mansanas ng cinnamon candies at balutin ng foil.

c) Ilagay sa mainit na uling at init hanggang matunaw ang mga kendi at medyo malambot ang mga mansanas.

d) Madalas na i-on ang mga uling upang matiyak ang pantay na pag-init. Kung gusto mo ng mas maraming kendi sa gitna, ubusin ang mas malaking bahagi ng mansanas at tamasahin ang ginupit na bahagi habang hinihintay mo itong maluto

e) Ang mga ito ay napakainit at dapat na buksan sa itaas at iwanang umupo nang humigit-kumulang 10 minuto pagkatapos alisin sa mga uling bago subukang kainin ang mga ito.

32. Campfire Cinnamon Coffeecake

MGA INGREDIENTS:
- 1 tb Mantikilya o margarin
- 1 tasa Nakabalot na biskwit mix (Bisquick , atbp.)
- ⅓ tasa Evaporated milk, hindi natunaw
- 1 tb Inihanda na kanela-asukal

INSTRUCTIONS:
a) Gumawa ng Coffeecake: Gupitin ang mantikilya sa maliliit na piraso sa ibabaw ng halo ng biskwit sa medium na mangkok. Ihagis ng bahagya gamit ang tinidor hanggang mabalot ng mantikilya .
b) Gumawa ng balon sa gitna.
c) Ibuhos ang gatas at kanela-asukal, haluin gamit ang tinidor hanggang sa mabasa ang timpla .
d) Gawing 8 -inch na makintab at mabigat na kawali ang kuwarta.
e) Gamit ang mga kamay na may harina, i-tap pababa nang pantay-pantay sa kawali.
f) Lutuin, tinakpan, sa napakababang apoy, 12 hanggang 15 minuto, o hanggang sa lumabas na malinis ang isang cake tester o wooden pick na ipinasok sa gitna.

PARA SA TOPPING:
g) Ikalat ang coffeecake na may 2 kutsarang mantikilya o margarin.
h) Pagkatapos ay iwisik ang 1 kutsarita na inihanda na kanela-asukal sa lahat ng ito.
i) Gupitin sa quarters, at ihain nang mainit.

33. Campfire Fondue

MGA INGREDIENTS:
- 2 tasang Ginutay-gutay na Cheddar O Swiss cheese
- 2 tb All-purpose na harina
- ¼ kutsarita ng Paprika
- 1 lata Cream ng celery soup
- ½ tasang Beer o white wine o tubig

INSTRUCTIONS:

a) Pagsamahin ang sopas at beer. Init sa isang takure sa mababang init.

b) Paghaluin ang keso, harina at paprika.

c) Idagdag sa takure, haluin hanggang sa ganap na matunaw ang keso.

d) Ihain kasama ang French Bread Cubes.

MGA INUMAN

34. Campfire Hot Cocoa

MGA INGREDIENTS:
- 8 quarts na Powdered Milk
- 16 ounces Nestle Quick
- 1 tasang Powdered Sugar

INSTRUCTIONS:
a) Pagsamahin ang lahat ng sangkap, ilagay sa selyadong lalagyan.
b) Upang gumawa ng mainit na kakaw: magdagdag ng 5 kutsarita ihalo sa 8 onsa mainit na tubig.

35. Camping Cowboy Kape

MGA INGREDIENTS:
- 1 kutsarang coarse ground coffee
- 8 onsa tasa

ESPESYAL NA APARATO:
- maliit, malinis na stick o pebble cup na angkop para sa isang mainit na inumin na malinis na bandana

INSTRUCTIONS:

a) Ilagay ang tubig sa palayok at pakuluan. Mas mabilis itong kumukulo na may takip.

b) Kapag kumukulo na ang tubig, magdagdag ng isang kutsara ng coarse ground coffee bawat tasa. Magdagdag ng mas kaunti kung mas gusto mo ang mahinang kape, higit pa kung gusto mo ito ng malakas.

c) Hayaang kumulo ang tubig sa loob ng dalawa o tatlong minuto, pagkatapos ay alisin ang kaldero sa apoy. Pansinin na ang ilan sa mga butil ng kape ay lumulutang sa ibabaw habang ang iba ay lumubog sa ilalim ng palayok.

d) Kunin ang stick o pebble at ihulog ito sa kaldero.

e) Masisira nito ang pag-igting sa ibabaw at pahihintulutan ang mga lumulutang na lugar na lumubog.

f) Kapag naayos na ang lupa sa ibaba, ibuhos ang kape sa iyong tasa. Kung talagang nag-aalala ka tungkol sa pagkuha ng mga butil ng kape sa iyong mga ngipin, gumamit ng bandana upang ibuhos ang kape.

g) Gayunpaman, ang maingat na pagbuhos ay maaaring mabawasan ang dami ng grounds na napupunta sa iyong tasa, tulad ng maingat na pagsipsip.

36.Belgian Hot Toddy

MGA INGREDIENTS:
- 1 tasang mainit na tubig
- 2 ounces Belgian whisky o genever
- 1 kutsarang pulot
- 1 hiwa ng lemon
- Mga clove (opsyonal)

INSTRUCTIONS:
a) Sa isang mug, pagsamahin ang mainit na tubig, Belgian whisky o genever , at pulot.
b) Magdagdag ng isang hiwa ng lemon sa pinaghalong.
c) Kung ninanais, lagyan ng mga clove ang hiwa ng lemon.
d) Haluing mabuti at hayaang matarik ng ilang minuto bago ihain.

37.Chai Hot Toddy

MGA INGREDIENTS:
- 3 tasang tubig
- 1 cinnamon stick
- 6 buong clove
- 6 na cardamom pod, bahagyang durog
- 2 chai tea bag
- ¼ tasa ng spiced rum o bourbon
- 2 kutsarang pulot
- 1 kutsarang sariwang kinatas na lemon juice o 2 lemon wedges

INSTRUCTIONS:
a) Sa isang medium saucepan, pagsamahin ang tubig, cinnamon sticks, cloves, at bahagyang dinurog na cardamom pods. Kung mayroon kang isang tea infuser, maaari mong ilagay ang mga pampalasa dito upang maiwasan ang pagsala sa ibang pagkakataon. Dalhin ang timpla sa isang kumulo.

b) Alisin ang kasirola mula sa apoy at idagdag ang chai tea bags. Takpan at hayaang matarik sa loob ng 15 minuto. Pagkatapos, salain ang timpla sa pamamagitan ng isang fine-mesh na salaan upang alisin ang mga tea bag at pampalasa.

c) Ibalik ang spiced tea sa kawali at magpainit muli hanggang mainit.

d) Haluin ang spiced rum (o bourbon), honey, at lemon juice kung gusto mo. Haluing mabuti.

e) Hatiin ang mainit na toddy sa pagitan ng dalawang warmed mug at ihain kaagad. Bilang kahalili, ihain ang bawat mug na may lemon wedge para sa pagpiga sa juice ayon sa panlasa. Enjoy!

38. Peach Hot Toddy

MGA INGREDIENTS:
- 40 oz (1 bote) Peach Juice
- 1/4 tasa brown sugar (naka-pack na)
- 2 cinnamon sticks
- 2 tb Mantikilya/margarin
- 1/2 tasa Peach schnapps (opsyonal)
- Karagdagang cinnamon sticks bilang palamuti.

INSTRUCTIONS:
a) Pagsamahin ang juice, brown sugar, cinnamon sticks, at butter/margarine sa dutch oven o natatakpan na kasirola at init hanggang kumulo.
b) Alisin mula sa init at itapon ang cinnamon sticks, idagdag ang schnapps, (kung ninanais) palamutihan ng isang peach slice at cinnamon stick, at ihain.

39. Elderberry Hot Toddy Elixir

MGA INGREDIENTS:
- 2 tasang Irish whisky
- ½ tasang pinatuyong elderberries
- 2-inch knob sariwang luya, hiniwa nang manipis
- 1- hanggang 3-pulgada na cinnamon stick, sira
- 6 hanggang 8 buong clove
- ½ tasang pulot

INSTRUCTIONS:
a) Pagsamahin ang whisky, elderberries, luya, kanela, at clove sa isang medium na kasirola.
b) Pakuluan ng 1 oras sa mababang init, paminsan-minsang pagpapakilos. Huwag pakuluan.
c) Alisin mula sa init pagkatapos ng 1 oras. Takpan at hayaang umupo ng 1 oras.
d) Habang mainit pa ang whisky mixture, ibuhos sa isang fine-mesh strainer sa isang mason jar. Itapon ang mga damo at pampalasa.
e) Linisin ang kasirola at ibalik ang whisky sa kawali.
f) Idagdag ang pulot sa mainit-init na whisky, at haluin nang malumanay hanggang sa maayos na maisama.
g) Kapag ganap na pinalamig, ibuhos sa mason jar o isang magandang bote ng liqueur, at iimbak sa pantry sa temperatura ng silid.

40. Heather Honey Hot Toddy

MGA INGREDIENTS:
- 2 oz Scotch whisky
- 1 kutsarang heather honey
- Mainit na tubig
- Lemon wedge
- Mga clove (opsyonal)

INSTRUCTIONS:
a) Sa isang mug, sukatin ang 2 ounces ng iyong gustong Scotch whisky.
b) Magdagdag ng isang kutsara ng heather honey sa mug.
c) Pigain ang isang wedge ng lemon sa mug. Opsyonal, maaari kang magdikit ng ilang clove sa lemon wedge para sa karagdagang lasa.
d) Ibuhos ang mainit na tubig sa tabo, punan ito sa iyong nais na lakas.
e) Haluing mabuti ang pinaghalong, siguraduhin na ang pulot ay ganap na natunaw.
f) Hayaang tumilaok ang inumin sa loob ng isa o dalawang minuto upang hayaang maghalo ang mga lasa.
g) Tikman at ayusin ang tamis o tartness sa pamamagitan ng pagdaragdag ng higit pang pulot o lemon kung kinakailangan.
h) Alisin ang lemon wedge at cloves.

41. Mulled rosemary wine at black tea

MGA INGREDIENTS:
- 1 Klaret ng bote; O... ibang full-bodied red wine
- 1 quart Black tea pref. Assam o Darjeeling
- ¼ tasa Banayad na pulot
- ⅓ tasa Asukal; o sa panlasa
- 2 Mga dalandan na hiniwa ng manipis at may binhi
- 2 Cinnamon sticks (3-pulgada)
- 6 Buong cloves
- 3 Mga sanga ng rosemary

INSTRUCTIONS:
a) Ang bango ng inumin na ito ay kaakit-akit at ang suntok ay maaaring panatilihing mainit-init sa napakababang init sa loob ng ilang oras, na nagpapabango sa bahay. Kung mayroon kang mga natira, alisin ang mga dalandan at rosemary, hayaang lumamig ang suntok sa temperatura ng silid, pagkatapos ay palamigin. Malumanay na pinainit na may sariwang dalandan at rosemary, ang suntok ay magiging mas malakas, ngunit medyo kasiya-siya pa rin.

b) Ibuhos ang alak at tsaa sa isang noncorrodible saucepan. Idagdag ang pulot, asukal, dalandan, pampalasa, at rosemary. Painitin sa mahinang apoy hanggang sa bahagya na umuusok. Haluin hanggang matunaw ang pulot.

c) Alisin ang kawali mula sa apoy, takpan, at hayaang tumayo nang hindi bababa sa 30 minuto. Kapag handa nang ihain, magpainit muli hanggang sa umuusok na lamang at ihain nang mainit.

42.Mulled Ale na may Spices at Brandy

MGA INGREDIENTS
- 18 ounces ng Christmas ale
- 2½ kutsarang dark brown na asukal
- 4-6 cloves sa panlasa
- 2-star anise
- 1 cinnamon stick
- ½ kutsarita ng ground nutmeg
- 6 na piraso ng orange peel
- 3 onsa brandy

MGA TAGUBILIN
a) Sa isang kasirola o maliit na palayok ihalo ang ale (isa't kalahating bote, 18 ounces ang kabuuan) sa brown sugar at nutmeg, idagdag ang mga clove, star anise, cinnamon stick, at orange peel.
b) Pakuluan ng mahina (huwag hayaang kumulo), haluin para matunaw ang asukal, at hayaang kumulo ng 2-3 min para bumuti ng husto ang mga pampalasa.
c) Alisin sa init at idagdag ang brandy.
d) Ihain sa mga mug, pinalamutian ng isang orange slice, at magsaya nang responsable.

43. Cardamom at Rose Spiced Hot Chocolate

MGA INGREDIENTS:
- 2 tasang gatas (pagawaan ng gatas o alternatibong gatas)
- 2 kutsarang cocoa powder
- 2 kutsarang asukal (adjust sa panlasa)
- ½ kutsarita ng ground cardamom
- ¼ kutsarita ng rosas na tubig
- Kurot ng ground cinnamon
- Whipped cream at pinatuyong rose petals para sa dekorasyon
- Marshmallows, para sa topping

INSTRUCTIONS:
a) Sa isang kasirola, initin ang gatas sa katamtamang apoy hanggang sa mainit ngunit hindi kumukulo.
b) Sa isang maliit na mangkok, haluin ang cocoa powder, asukal, cardamom, rose water, at cinnamon.
c) Dahan-dahang ihalo ang pinaghalong kakaw sa mainit na gatas hanggang sa maayos at makinis.
d) Patuloy na painitin ang pinaghalong hanggang maabot nito ang iyong nais na temperatura, paminsan-minsang pagpapakilos.
e) Ibuhos ang pinalamig na mainit na tsokolate sa mga mug at palamutihan ng whipped cream, marshmallow, at pinatuyong rose petals. Ihain at magsaya!

44. Mexican-Inspired Spiced Hot Chocolate

MGA INGREDIENTS:
- 2 tasang gatas (pagawaan ng gatas o alternatibong gatas)
- 2 ounces maitim na tsokolate, pinong tinadtad
- 2 kutsarang cocoa powder
- 2 kutsarang asukal (adjust sa panlasa)
- ½ kutsarita ng giniling na kanela
- ¼ kutsarita ng ground nutmeg
- Kurot ng cayenne pepper (opsyonal)
- Whipped cream at cocoa powder para sa dekorasyon

INSTRUCTIONS:
a) Sa isang kasirola, initin ang gatas sa katamtamang apoy hanggang sa mainit ngunit hindi kumukulo.
b) Idagdag ang tinadtad na dark chocolate, cocoa powder, asukal, cinnamon, nutmeg, at cayenne pepper (kung ginagamit) sa gatas.
c) matunaw ang tsokolate at maging makinis at maayos ang timpla.
d) Patuloy na painitin ang pinalasang mainit na tsokolate, pagpapakilos paminsan-minsan, hanggang sa maabot nito ang iyong nais na temperatura.
e) Ibuhos sa mga mug, itaas na may whipped cream, at alikabok ng cocoa powder. Ihain at magsaya!

45. Gingerbread Spiced Hot Chocolate

MGA INGREDIENTS:
- 2 tasang gatas (pagawaan ng gatas o alternatibong gatas)
- 2 kutsarang cocoa powder
- 2 kutsarang brown sugar
- ½ kutsarita ng giniling na luya
- ½ kutsarita ng giniling na kanela
- ¼ kutsarita ng ground nutmeg
- Kurot ng ground cloves
- Whipped cream at gingerbread cookie crumbs para sa dekorasyon

INSTRUCTIONS:

a) Sa isang kasirola, initin ang gatas sa katamtamang apoy hanggang sa mainit ngunit hindi kumukulo.

b) Sa isang maliit na mangkok, haluin ang cocoa powder, brown sugar, luya, kanela, nutmeg, at cloves.

c) Dahan-dahang ihalo ang pinaghalong kakaw sa mainit na gatas hanggang sa maayos at makinis.

d) Patuloy na painitin ang pinalasang mainit na tsokolate, pagpapakilos paminsan-minsan, hanggang sa maabot nito ang iyong nais na temperatura.

e) Ibuhos sa mga mug, itaas na may whipped cream, at budburan ng gingerbread cookie crumbs sa ibabaw. Ihain at magsaya!

46.Chai Spiced Hot Chocolate

MGA INGREDIENTS:
- 2 tasang gatas (pagawaan ng gatas o alternatibong gatas)
- 2 kutsarang cocoa powder
- 2 kutsarang asukal (adjust sa panlasa)
- 1 kutsarita dahon ng chai tea (o 1 chai tea bag)
- ½ kutsarita ng giniling na kanela
- ¼ kutsarita ng ground cardamom
- Kurot ng giniling na luya
- Whipped cream at isang sprinkle ng cinnamon para sa dekorasyon

INSTRUCTIONS:
a) Sa isang kasirola, initin ang gatas sa katamtamang apoy hanggang sa mainit ngunit hindi kumukulo.
b) Idagdag ang dahon ng chai tea (o tea bag) sa gatas at hayaan itong matarik ng 5 minuto. Alisin ang mga dahon ng tsaa o bag ng tsaa.
c) Sa isang maliit na mangkok, haluin ang cocoa powder, asukal, kanela, cardamom, at luya.
d) Dahan-dahang ihalo ang pinaghalong kakaw sa mainit na gatas hanggang sa maayos at makinis.
e) Patuloy na painitin ang pinalasang mainit na tsokolate, pagpapakilos paminsan-minsan, hanggang sa maabot nito ang iyong nais na temperatura.
f) Ibuhos sa mga mug, itaas na may whipped cream, at budburan ng kanela. Ihain at magsaya!

47. Peta mainit na tsokolate

MGA INGREDIENTS:
- ½ tasa ng unsweetened cocoa powder
- ½ tasang Asukal
- 1 gitling Asin
- ½ tasang Tubig
- 6 tasang Vanilla soy milk
- tofu whipped cream
- cinnamon sticks

INSTRUCTIONS:

a) Sa isang 2 quart saucepan, haluin ang cocoa, asukal, at asin hanggang sa mahusay na timpla.

b) Idagdag ang tubig at haluin hanggang makinis. Lutuin ang timpla sa med heat hanggang kumulo, patuloy na hinahalo gamit ang isang kutsara o wire whisk.

c) Ibaba ang apoy at lutuin ng 2 minuto pa, patuloy na pagpapakilos.

d) Paghaluin ang soy milk at init hanggang sa mabuo ang maliliit na bula sa gilid, patuloy na hinahalo. Alisin ang kawali mula sa init. Talunin gamit ang wire whisk o electric mixer hanggang makinis at mabula, pagkatapos ay ibuhos sa 8-ounce na mug.

e) Ibabaw ng whipped tofu at palamutihan ng cinnamon sticks.

48. Red Velvet Hot Chocolate

MGA INGREDIENTS:
- 14 ounces ng matamis na condensed milk
- 1 tasang mabigat na cream
- 6 tasang buong gatas
- 1 tasang semi-sweet chocolate chips
- 1 kutsarang vanilla extract
- 1 kutsarang cream cheese
- 4 na patak ng red food gel

INSTRUCTIONS:
a) Idagdag ang matamis na condensed milk, chocolate chips, heavy cream, gatas, at vanilla extract sa iyong slow cooker at lutuin sa mahinang apoy sa loob ng 3 oras, hinahalo bawat oras. Chocolate at gatas sa slow cooker

b) Kapag natunaw na ang tsokolate, ihalo ang cream cheese at red food coloring.

c) Ipagpatuloy ang pagluluto kung ninanais, o bawasan ang apoy upang magpainit at magsilbi. Chocolate sa slow cooker

d) Kung ang timpla ay masyadong makapal para sa iyong mga kagustuhan, maaari mo itong palabnawin ng karagdagang gatas o tubig. Pulang pelus na mainit na tsokolate sa isang malinaw na mug.

49. Cheesy Hot Chocolate

MGA INGREDIENTS:
- 2 tasang gatas
- ½ tasang mabigat na cream
- 1 tasang gadgad na American cheese
- 2 kutsarang cocoa powder
- 2 kutsarang asukal
- 1 kutsarita vanilla extract

INSTRUCTIONS:
a) Sa isang kasirola, init ang gatas at mabigat na cream sa katamtamang init.
b) Idagdag ang gadgad na American cheese at haluin hanggang matunaw at magsama.
c) Idagdag ang cocoa powder, asukal, at vanilla extract at haluin hanggang sa maayos.
d) Ihain nang mainit.

50. Goat Cheese at Honey Hot Chocolate

MGA INGREDIENTS:
- 2 tasang gatas (pagawaan ng gatas o alternatibong gatas)
- 2 kutsarang cocoa powder
- 2 kutsarang pulot (adjust sa panlasa)
- ¼ tasa ng keso ng kambing, gumuho
- Kurot ng asin
- Whipped cream at isang ambon ng pulot para sa dekorasyon

INSTRUCTIONS:
a) Sa isang kasirola, initin ang gatas sa katamtamang apoy hanggang sa mainit ngunit hindi kumukulo.
b) Sa isang maliit na mangkok, haluin ang cocoa powder, honey, at asin.
c) Dahan-dahang ihalo ang pinaghalong kakaw sa mainit na gatas hanggang sa maayos at makinis.
d) Idagdag ang durog na keso ng kambing sa mainit na tsokolate at haluin hanggang sa matunaw at maisama sa pinaghalong.
e) Patuloy na painitin ang cheesy na mainit na tsokolate, pagpapakilos paminsan-minsan, hanggang sa maabot nito ang iyong nais na temperatura.
f) Ibuhos sa mga tarong, itaas na may whipped cream, at ambon ng pulot. Ihain at magsaya!

51. Asul na Keso Mainit na tsokolate

MGA INGREDIENTS:
- 2 tasang gatas (pagawaan ng gatas o alternatibong gatas)
- 2 kutsarang cocoa powder
- 2 kutsarang asukal (adjust sa panlasa)
- ¼ tasa asul na keso, gumuho
- Kurot ng asin
- Whipped cream at isang sprinkle ng crumbled blue cheese para sa dekorasyon

INSTRUCTIONS:
a) Sa isang kasirola, initin ang gatas sa katamtamang apoy hanggang sa mainit ngunit hindi kumukulo.
b) Sa isang maliit na mangkok, haluin ang cocoa powder, asukal, at asin.
c) Dahan-dahang ihalo ang pinaghalong kakaw sa mainit na gatas hanggang sa maayos at makinis.
d) Idagdag ang durog na asul na keso sa mainit na tsokolate at haluin hanggang sa matunaw at maisama sa pinaghalong.
e) Patuloy na painitin ang cheesy na mainit na tsokolate, pagpapapakilos paminsan-minsan, hanggang sa maabot nito ang iyong nais na temperatura.
f) Ibuhos sa mga mug, itaas na may whipped cream, at budburan ng crumbled blue cheese. Ihain at magsaya!

52. Parmesan at Sea Salt Hot Chocolate

MGA INGREDIENTS:
- 2 tasang gatas (pagawaan ng gatas o alternatibong gatas)
- 2 kutsarang cocoa powder
- 2 kutsarang asukal (adjust sa panlasa)
- ¼ tasa gadgad na Parmesan cheese
- Kurot ng asin sa dagat
- Whipped cream at isang sprinkle ng grated Parmesan para sa dekorasyon

INSTRUCTIONS:
a)   Sa isang kasirola, initin ang gatas sa katamtamang apoy hanggang sa mainit ngunit hindi kumukulo.
b)   Sa isang maliit na mangkok, haluin ang cocoa powder, asukal, at sea salt.
c)   Dahan-dahang ihalo ang pinaghalong kakaw sa mainit na gatas hanggang sa maayos at makinis.
d)   Idagdag ang gadgad na keso ng Parmesan sa mainit na tsokolate at haluin hanggang sa matunaw ito at maisama sa pinaghalong.
e)   Patuloy na painitin ang cheesy na mainit na tsokolate, pagpapakilos paminsan-minsan, hanggang sa maabot nito ang iyong nais na temperatura.
f)   Ibuhos sa mga tarong, itaas na may whipped cream, at budburan ng gadgad na Parmesan. Ihain at magsaya!

53. Pepper Jack at Cayenne Hot Chocolate

MGA INGREDIENTS:
- 2 tasang gatas (pagawaan ng gatas o alternatibong gatas)
- 2 kutsarang cocoa powder
- 2 kutsarang asukal (adjust sa panlasa)
- ¼ tasa gadgad na pepper jack cheese
- ¼ kutsarita ng cayenne pepper (i-adjust sa spice preference)
- Whipped cream at isang sprinkle ng cayenne pepper para sa dekorasyon

INSTRUCTIONS:
a) Sa isang kasirola, initin ang gatas sa katamtamang apoy hanggang sa mainit ngunit hindi kumukulo.
b) Sa isang maliit na mangkok, haluin ang cocoa powder, asukal, at cayenne pepper.
c) Dahan-dahang ihalo ang pinaghalong kakaw sa mainit na gatas hanggang sa maayos at makinis.
d) Idagdag ang gadgad na pepper jack cheese sa mainit na tsokolate at haluin hanggang sa matunaw ito at maisama sa pinaghalong.
e) Patuloy na painitin ang cheesy na mainit na tsokolate, pagpapakilos paminsan-minsan, hanggang sa maabot nito ang iyong nais na temperatura.
f) Ibuhos sa mga mug, itaas na may whipped cream, at budburan ng cayenne pepper. Ihain at magsaya!

54.T oblerone mainit na tsokolate

MGA INGREDIENTS:
- 3 tatsulok na bar ng Toblerone
- ⅓ tasa ng matamis na cream
- 1 Habaneros, pinong tinadtad

MGA TAGUBILIN

a) Sa mababang init, painitin ang cream at tunawin ang tsokolate.
b) Haluin nang madalas para maiwasan ang "hot spots".
c) Iba-iba ang dami ng cream depende sa nais na kapal kapag pinalamig.
d) Kapag ang cream at tsokolate ay mahusay na pinaghalo, ihalo ang habaneros.
e) Hayaang lumamig at ihain kasama ang mga seksyon ng mansanas o peras.

55.Cheesy Hot Toddy

MGA INGREDIENTS:
- 1 tasang mainit na tubig
- ½ ounces lemon juice
- 1 kutsarang pulot
- 1 cinnamon stick
- 1-onsa na gadgad na American cheese

INSTRUCTIONS:
a) Sa isang mug, pagsamahin ang mainit na tubig, lemon juice, honey, at cinnamon stick. Haluin upang pagsamahin.
b) Idagdag ang gadgad na American cheese at haluin hanggang matunaw at magsama.
c) Alisin ang cinnamon stick at ihain.

56. Coconut Hot Chocolate

MGA INGREDIENTS:
- 2 tasang gata ng niyog
- 2 kutsarang unsweetened cocoa powder
- 2 kutsarang butil na asukal
- ½ kutsarita vanilla extract
- Whipped cream (opsyonal)
- Tinadtad na niyog para sa dekorasyon (opsyonal)

INSTRUCTIONS:
a) Sa isang kasirola, haluin ang gata ng niyog, cocoa powder, asukal, at vanilla extract.
b) Ilagay ang kasirola sa katamtamang init at haluin hanggang ang timpla ay mainit at umuusok (ngunit hindi kumukulo).
c) Alisin mula sa init at ibuhos ang mainit na tsokolate sa mga mug.
d) Ibabaw ng whipped cream at palamutihan ng ginutay-gutay na niyog kung gusto.

57. Ferrero Rocher Hot Chocolate

MGA INGREDIENTS:
- 2 tasang gatas
- ¼ tasa ng mabigat na cream
- 4 na tsokolate ng Ferrero Rocher , pinong tinadtad
- Whipped cream (opsyonal, para sa topping)
- Cocoa powder (opsyonal, para sa pag-aalis ng alikabok)

INSTRUCTIONS:
a) Sa isang maliit na kasirola, init ang gatas at mabigat na cream sa katamtamang apoy hanggang sa mainit ngunit hindi kumukulo.
b) Idagdag ang tinadtad na Ferrero Rocher na tsokolate sa kasirola at haluin hanggang sa matunaw at maayos na pinagsama.
c) Ibuhos ang mainit na tsokolate sa mga mug.
d) Kung ninanais, itaas na may whipped cream at alikabok na may cocoa powder.
e) Ihain nang mainit at tamasahin ang mayaman at mapagbigay na Ferrero Rocher Hot Chocolate.

58. Honeycomb Candy Hot Chocolate

MGA INGREDIENTS:
- 2 tasang gatas (pagawaan ng gatas o plant-based)
- 2 kutsarang cocoa powder
- 2 kutsarang asukal
- ¼ tasa ng pulot-pukyutan na kendi, dinurog
- Whipped cream at chocolate shavings para sa topping (opsyonal)

INSTRUCTIONS:
a) Sa isang kasirola, initin ang gatas sa katamtamang apoy hanggang sa mainit ngunit hindi kumukulo.
b) Haluin ang cocoa powder at asukal hanggang sa maayos at makinis.
c) Idagdag ang durog na honeycomb candy sa mainit na pinaghalong tsokolate.
d) Ipagpatuloy ang init at haluin hanggang matunaw ang pulot-pukyutan na kendi.
e) Ibuhos ang mainit na tsokolate sa mga mug.
f) Ibabaw na may whipped cream at chocolate shavings kung ninanais.
g) I-enjoy itong mayaman at dekadenteng honeycomb candy hot chocolate sa isang malamig na araw.

59. Maple Hot Chocolate

MGA INGREDIENTS:
- ¼ tasa ng asukal
- 1 kutsarang baking cocoa
- ⅛ kutsarita ng asin
- ¼ tasa ng mainit na tubig
- 1 kutsarang mantikilya
- 4 tasang gatas
- 1 kutsarita ng maple flavoring
- 1 kutsarita vanilla extract
- 12 marshmallow, hinati

INSTRUCTIONS:
a) Pagsamahin ang asukal, kakaw, at asin sa isang malaking kasirola. Gumalaw sa mainit na tubig at mantikilya; pakuluan sa katamtamang init.
b) Magdagdag ng gatas, maple flavoring, vanilla, at 8 marshmallow.
c) Painitin, paminsan-minsang pagpapakilos, hanggang sa matunaw ang mga marshmallow.
d) Sandok sa 4 na tarong; tuktok na may natitirang marshmallow.

60.Rose Hot Chocolate

MGA INGREDIENTS:
- 2 tasang gatas (pagawaan ng gatas o alternatibong gatas)
- 2 kutsarang cocoa powder
- 2 kutsarang asukal (adjust sa panlasa)
- 1 kutsarita ng rosas na tubig
- Whipped cream at pinatuyong rose petals para sa dekorasyon

INSTRUCTIONS:

a) Sa isang kasirola, initin ang gatas sa katamtamang apoy hanggang sa mainit ngunit hindi kumukulo.

b) Sa isang maliit na mangkok, haluin ang cocoa powder at asukal.

c) Haluin ang rosas na tubig hanggang sa mahusay na pinagsama.

d) Dahan-dahang haluin ang pinaghalong kakaw sa mainit na gatas hanggang sa makinis at mahusay na pinaghalo.

e) Patuloy na painitin ang mainit na tsokolate ng rosas, paminsan-minsang pagpapakilos, hanggang sa maabot nito ang iyong nais na temperatura.

f) Ibuhos sa mga mug, itaas na may whipped cream, at palamutihan ng pinatuyong rose petals. Ihain at magsaya!

61. Orange Blossom Hot Chocolate

MGA INGREDIENTS:
- 2 tasang gatas (pagawaan ng gatas o alternatibong gatas)
- 2 kutsarang cocoa powder
- 2 kutsarang asukal (adjust sa panlasa)
- 1 kutsarita ng orange blossom water
- Whipped cream at orange zest para sa dekorasyon

INSTRUCTIONS:
a) Sa isang kasirola, initin ang gatas sa katamtamang apoy hanggang sa mainit ngunit hindi kumukulo.
b) Sa isang maliit na mangkok, haluin ang cocoa powder at asukal.
c) Haluin ang orange blossom water hanggang sa maayos na pagsamahin.
d) Dahan-dahang haluin ang pinaghalong kakaw sa mainit na gatas hanggang sa makinis at mahusay na pinaghalo.
e) Patuloy na painitin ang orange blossom na mainit na tsokolate, hinahalo paminsan-minsan, hanggang sa maabot nito ang iyong nais na temperatura.
f) Ibuhos sa mga mug, itaas na may whipped cream, at palamutihan ng orange zest. Ihain at magsaya!

62. Elderflower Hot Chocolate

MGA INGREDIENTS:
- 2 tasang gatas (pagawaan ng gatas o alternatibong gatas)
- 2 kutsarang cocoa powder
- 2 kutsarang asukal (adjust sa panlasa)
- 1 kutsarang elderflower syrup
- Whipped cream at nakakain na mga bulaklak para sa dekorasyon

INSTRUCTIONS:
a) Sa isang kasirola, initin ang gatas sa katamtamang apoy hanggang sa mainit ngunit hindi kumukulo.
b) Sa isang maliit na mangkok, haluin ang cocoa powder at asukal.
c) Haluin ang elderflower syrup hanggang sa maayos na pagsamahin.
d) Dahan-dahang haluin ang pinaghalong kakaw sa mainit na gatas hanggang sa makinis at mahusay na pinaghalo.
e) Patuloy na painitin ang elderflower na mainit na tsokolate, pagpapakilos paminsan-minsan, hanggang sa maabot nito ang iyong nais na temperatura.
f) Ibuhos sa mga mug, itaas na may whipped cream, at palamutihan ng nakakain na mga bulaklak. Ihain at magsaya!

63. Hibiscus Hot Chocolate

MGA INGREDIENTS:
- 2 tasang gatas (pagawaan ng gatas o alternatibong gatas)
- 2 kutsarang cocoa powder
- 2 kutsarang asukal (adjust sa panlasa)
- 1 kutsarang pinatuyong bulaklak ng hibiscus
- Whipped cream at isang sprinkle ng hibiscus petals para sa dekorasyon

INSTRUCTIONS:
a) Sa isang kasirola, initin ang gatas sa katamtamang apoy hanggang sa mainit ngunit hindi kumukulo.
b) Sa isang maliit na mangkok, haluin ang cocoa powder at asukal.
c) Idagdag ang pinatuyong bulaklak ng hibiscus sa mainit na gatas at hayaan itong matarik ng 5 minuto. Alisin ang mga bulaklak ng hibiscus.
d) Dahan-dahang ihalo ang pinaghalong kakaw sa mainit na gatas hanggang sa maayos at makinis.
e) Patuloy na painitin ang mainit na tsokolate ng hibiscus, paminsan-minsang pagpapakilos, hanggang sa maabot nito ang iyong nais na temperatura.
f) Ibuhos sa mga mug, itaas na may whipped cream, at budburan ng hibiscus petals. Ihain at magsaya!

64. Lavender Hot Chocolate

MGA INGREDIENTS:
- 2 tasang gatas (pagawaan ng gatas o alternatibong gatas)
- 2 kutsarang cocoa powder
- 2 kutsarang asukal (adjust sa panlasa)
- 1 kutsarita ng pinatuyong bulaklak ng lavender
- ½ kutsarita vanilla extract
- Whipped cream at lavender petals para sa dekorasyon

INSTRUCTIONS:

a) Sa isang kasirola, initin ang gatas sa katamtamang apoy hanggang sa mainit ngunit hindi kumukulo.

b) Sa isang maliit na mangkok, haluin ang cocoa powder at asukal.

c) Idagdag ang mga pinatuyong bulaklak ng lavender sa mainit na gatas at hayaan itong matarik ng 5 minuto. Alisin ang mga bulaklak ng lavender.

d) Dahan-dahang ihalo ang pinaghalong kakaw sa mainit na gatas hanggang sa maayos at makinis.

e) Ihalo ang vanilla extract.

f) Patuloy na painitin ang mainit na tsokolate na pinahiran ng lavender, paminsan-minsang pagpapakilos, hanggang sa maabot nito ang iyong nais na temperatura.

g) Ibuhos sa mga mug, itaas na may whipped cream, at palamutihan ng lavender petals. Ihain at magsaya!

65.Maitim na Matcha Hot Chocolate

MGA INGREDIENTS:
- 1 scoop Fairtrade Maitim na mainit na tsokolate
- 1 mini scoop ng Matcha powder
- Pinasingaw na gatas

INSTRUCTIONS:
a)   Pagsamahin ang matcha sa isang splash ng mainit na tubig at ihalo sa isang makinis na i-paste
b)   Top up na may steamed milk, hinahalo habang ibinubuhos

66. Mint Hot Chocolate

MGA INGREDIENTS:
- 2 tasang gatas (pagawaan ng gatas o alternatibong gatas)
- 2 kutsarang cocoa powder
- 2 kutsarang asukal (adjust sa panlasa)
- ¼ tasa sariwang dahon ng mint
- ½ kutsarita vanilla extract
- Whipped cream at sariwang dahon ng mint para sa dekorasyon

INSTRUCTIONS:
a) Sa isang kasirola, initin ang gatas sa katamtamang apoy hanggang sa mainit ngunit hindi kumukulo.
b) Sa isang maliit na mangkok, haluin ang cocoa powder at asukal.
c) Idagdag ang sariwang dahon ng mint sa mainit na gatas at hayaan itong matarik ng 5 minuto. Alisin ang dahon ng mint.
d) Dahan-dahang ihalo ang pinaghalong kakaw sa mainit na gatas hanggang sa maayos at makinis.
e) Ihalo ang vanilla extract.
f) Patuloy na painitin ang mint-infused na mainit na tsokolate, pagpapakilos paminsan-minsan, hanggang sa maabot nito ang iyong nais na temperatura.
g) Ibuhos sa mga mug, itaas na may whipped cream, at palamutihan ng sariwang dahon ng mint. Ihain at magsaya!

67. Rosemary Hot Chocolate

MGA INGREDIENTS:
- 2 tasang gatas (pagawaan ng gatas o alternatibong gatas)
- 2 kutsarang cocoa powder
- 2 kutsarang asukal (adjust sa panlasa)
- 2 sprigs ng sariwang rosemary
- ½ kutsarita vanilla extract
- Whipped cream at isang sprig ng rosemary para sa dekorasyon

INSTRUCTIONS:

a) Sa isang kasirola, initin ang gatas sa katamtamang apoy hanggang sa mainit ngunit hindi kumukulo.

b) Sa isang maliit na mangkok, haluin ang cocoa powder at asukal.

c) Idagdag ang sariwang rosemary sprigs sa mainit na gatas at hayaan itong matarik ng 5 minuto. Alisin ang rosemary sprigs.

d) Dahan-dahang ihalo ang pinaghalong kakaw sa mainit na gatas hanggang sa maayos at makinis.

e) Ihalo ang vanilla extract.

f) Patuloy na painitin ang mainit na tsokolate na pinainit ng rosemary, paminsan-minsang pagpapakilos, hanggang sa maabot nito ang iyong nais na temperatura.

g) Ibuhos sa mga tarong, itaas na may whipped cream, at palamutihan ng isang sprig ng rosemary. Ihain at magsaya!

68.Basil Hot Chocolate

MGA INGREDIENTS:
- 2 tasang gatas (pagawaan ng gatas o alternatibong gatas)
- 2 kutsarang cocoa powder
- 2 kutsarang asukal (adjust sa panlasa)
- ¼ tasa sariwang dahon ng basil
- ½ kutsarita vanilla extract
- Whipped cream at sariwang dahon ng basil para sa dekorasyon

INSTRUCTIONS:

a) Sa isang kasirola, initin ang gatas sa katamtamang apoy hanggang sa mainit ngunit hindi kumukulo.

b) Sa isang maliit na mangkok, haluin ang cocoa powder at asukal.

c) Idagdag ang sariwang dahon ng basil sa mainit na gatas at hayaang matarik ng 5 minuto. Alisin ang mga dahon ng basil.

d) Dahan-dahang ihalo ang pinaghalong kakaw sa mainit na gatas hanggang sa maayos at makinis.

e) Ihalo ang vanilla extract.

f) Ipagpatuloy ang pag-init ng basil-infused na mainit na tsokolate, paminsan-minsang pagpapakilos, hanggang sa maabot nito ang iyong nais na temperatura.

g) Ibuhos sa mga mug, itaas na may whipped cream, at palamutihan ng sariwang dahon ng basil. Ihain at magsaya!

69.Sage Hot Chocolate

MGA INGREDIENTS:
- 2 tasang gatas (pagawaan ng gatas o alternatibong gatas)
- 2 kutsarang cocoa powder
- 2 kutsarang asukal (adjust sa panlasa)
- 2 sprigs ng sariwang sage
- ½ kutsarita vanilla extract
- Whipped cream at isang dahon ng sambong para sa dekorasyon

INSTRUCTIONS:
a) Sa isang kasirola, initin ang gatas sa katamtamang apoy hanggang sa mainit ngunit hindi kumukulo.
b) Sa isang maliit na mangkok, haluin ang cocoa powder at asukal.
c) Idagdag ang sariwang sage sprigs sa mainit na gatas at hayaan itong matarik ng 5 minuto. Alisin ang sage sprigs.
d) Dahan-dahang ihalo ang pinaghalong kakaw sa mainit na gatas hanggang sa maayos at makinis.
e) Ihalo ang vanilla extract.
f) Patuloy na painitin ang mainit na tsokolate na pinahiran ng sage, paminsan-minsang pagpapakilos, hanggang sa maabot nito ang iyong nais na temperatura.
g) Ibuhos sa mga tarong, itaas na may whipped cream, at palamutihan ng isang dahon ng sambong. Ihain at magsaya!

70.Oreo White Hot Chocolate

MGA INGREDIENTS:
- 4 ½ tasa ng buong gatas
- ⅔ tasa ng pinatamis na condensed coconut milk
- ⅔ tasa puting tsokolate chips
- ½ kutsarita vanilla extract
- 1 kutsarita ng cookie at cream syrup
- 8 Oreo na cookies
- whipped cream para sa dekorasyon

INSTRUCTIONS:
a) Magdagdag ng gatas, matamis na condensed milk, vanilla, at cookies at cream syrup sa isang malaking kasirola sa katamtamang init.
b) Alisin ang filling mula sa iyong Oreo cookies at idagdag ang creme filling sa mga sangkap sa isang kaldero. Itabi ang cookies para sa ibang pagkakataon. Magdagdag ng puting chocolate chips sa kawali.
c) Haluin ang mga sangkap sa kasirola hanggang sa ganap na matunaw ang mga puting chocolate chips .
d) Ibuhos ang umuusok na puting mainit na tsokolate sa mga mug at itaas na may masaganang dollop ng whipped cream.
e) Tapusin gamit ang crumbled Oreo cookies.

71. Biscoff Hot Chocolate

MGA INGREDIENTS:
- 2 tasang buong gatas
- ¼ tasa ng Biscoff spread
- 2 kutsarang unsweetened cocoa powder
- 2 kutsarang butil na asukal
- Whipped cream (opsyonal, para sa topping)
- Biscoff cookie crumbs (opsyonal, para sa dekorasyon)

INSTRUCTIONS:

a) Sa isang maliit na kasirola, init ang buong gatas sa katamtamang apoy hanggang sa mainit ngunit hindi kumukulo.

b) Ihalo ang Biscoff spread, cocoa powder, at granulated sugar hanggang sa maayos at makinis.

c) Patuloy na painitin ang pinaghalong, paminsan-minsan, paghahalo, hanggang sa mainit at umuusok.

d) Alisin ang kasirola mula sa apoy at ibuhos ang mainit na tsokolate ng Biscoff sa mga mug.

e) Ibabaw ng whipped cream at budburan ng Biscoff cookie crumbs, kung gusto.

f) Ihain kaagad ang Biscoff hot chocolate at magsaya!

72.Snickerdoodle Hot Chocolate

MGA INGREDIENTS:
- 2 tasang gatas
- 2 kutsarang puting tsokolate chips
- 1 kutsarang asukal
- ½ kutsarita vanilla extract
- ½ kutsarita ng giniling na kanela
- Cinnamon sticks (opsyonal, para sa dekorasyon)

INSTRUCTIONS:

a) Sa isang kasirola, initin ang gatas sa katamtamang apoy hanggang sa mainit ngunit hindi kumukulo.

b) Idagdag ang white chocolate chips, asukal, vanilla extract, at ground cinnamon sa mainit na gatas.

c) Haluin nang tuluy-tuloy hanggang sa matunaw ang white chocolate chips at maging makinis ang timpla.

d) Patuloy na painitin ang timpla ng ilang minuto pa hanggang sa maabot nito ang gusto mong temperatura.

e) Ibuhos sa mga mug at palamutihan ng isang cinnamon stick, kung ninanais.

73. Mint Chocolate Chip Hot Chocolate

MGA INGREDIENTS:
- 2 tasang gatas
- 2 kutsarang cocoa powder
- 2 kutsarang asukal
- ¼ kutsarita ng peppermint extract
- Pangkulay ng berdeng pagkain (opsyonal)
- Whipped cream (opsyonal)
- Dinurog na chocolate mint cookies (opsyonal, para sa dekorasyon)

INSTRUCTIONS:
a) Sa isang kasirola, initin ang gatas sa katamtamang apoy hanggang sa mainit ngunit hindi kumukulo.
b) Idagdag ang cocoa powder, asukal, peppermint extract, at ilang patak ng green food coloring (kung ginagamit) sa mainit na gatas.
c) Haluin hanggang ang cocoa powder at asukal ay ganap na matunaw at ang timpla ay mahusay na pinagsama.
d) Patuloy na painitin ang timpla ng ilang minuto pa hanggang sa maabot nito ang gusto mong temperatura .
e) Ibuhos sa mga mug at itaas na may whipped cream at durog na chocolate mint cookies, kung ninanais.

74. Gingerbread Hot Chocolate

MGA INGREDIENTS:
- 2 tasang gatas
- 2 kutsarang cocoa powder
- 2 kutsarang asukal
- ½ kutsarita ng giniling na luya
- ¼ kutsarita ng giniling na kanela
- ⅛ kutsarita ng ground nutmeg
- Whipped cream (opsyonal)
- Gingerbread cookie crumbs (opsyonal, para sa dekorasyon)

INSTRUCTIONS:
a) Sa isang kasirola, initin ang gatas sa katamtamang apoy hanggang sa mainit ngunit hindi kumukulo.
b) Idagdag ang cocoa powder, asukal, giniling na luya, giniling na kanela, at giniling na nutmeg sa mainit na gatas.
c) Haluin hanggang ang lahat ng sangkap ay maayos na pinagsama at ang timpla ay makinis.
d) Patuloy na painitin ang timpla ng ilang minuto pa hanggang sa maabot nito ang gusto mong temperatura .
e) Ibuhos sa mga mug at itaas na may whipped cream at isang sprinkle ng gingerbread cookie crumbs, kung ninanais.

75.Mulled Wine

INGREDIENT S:
- 1 bote ng red wine
- 2 dalandan
- 3 cinnamon sticks
- 5 Star anise
- 10 Buong clove
- 3/4 tasa ng brown sugar

INSTRUCTIONS:

a) Ilagay ang lahat ng Sahog maliban sa mga dalandan sa isang katamtamang laki ng palayok.

b) Gamit ang isang matalim na kutsilyo o peeler, balatan ang kalahati ng isang orange. Iwasan ang pagbabalat ng mas maraming pith (puting bahagi) hangga't maaari, dahil mayroon itong mapait na lasa.

c) Juice ang mga dalandan at idagdag sa palayok kasama ang balat ng orange.

d) Sa katamtamang init, painitin ang timpla hanggang sa umuusok lang. Bawasan ang apoy sa mababang kumulo. Painitin ng 30 minuto upang hayaang mag-infuse ang mga pampalasa.

e) Salain ang alak at ihain sa mga tasang hindi tinatablan ng init.

76. Pudsey bear biskwit Hot tsokolate

MGA INGREDIENTS:
- Pudsey bear biskwit (ilang piraso)
- Gatas (2 tasa)
- Hot chocolate mix o cocoa powder (2-3 kutsara)
- Asukal (sa panlasa, opsyonal)

INSTRUCTIONS:

a) Magsimula sa pamamagitan ng pagdurog ng Pudsey bear biskwit sa maliliit na piraso. Maaari kang gumamit ng rolling pin o food processor para sa hakbang na ito.

b) Sa isang kasirola, init ang gatas sa medium-low heat. Haluin paminsan-minsan upang maiwasan ang pagkapaso.

c) Kapag ang gatas ay mainit ngunit hindi kumukulo, idagdag ang dinurog na Pudsey bear biscuits sa kasirola. Haluing malumanay upang pagsamahin.

d) Pahintulutan ang mga biskwit na mag-infuse sa gatas ng mga 5-10 minuto. Makakatulong ito na maghalo ang mga lasa.

e) Pagkatapos ng oras ng pagbubuhos, alisin ang kasirola mula sa apoy at salain ang gatas upang alisin ang anumang mas malalaking piraso ng biskwit. Maaari kang gumamit ng fine-mesh strainer o cheesecloth para sa hakbang na ito.

f) Ibalik ang gatas sa mahinang apoy at idagdag ang mainit na halo ng tsokolate o cocoa powder. Haluing mabuti hanggang sa maging makinis at maayos ang timpla.

g) Kung ninanais, maaari kang magdagdag ng asukal sa panlasa. Tandaan na ang mga biskwit ay maaaring magdagdag ng ilang tamis, kaya ayusin nang naaayon.

h) Kapag ang mainit na tsokolate ay pinainit at ang lahat ng mga sangkap ay maayos na naisama, alisin ito mula sa apoy.

i) Ibuhos ang mainit na tsokolate sa mga mug at ihain kaagad. Maaari mong palamutihan ng whipped cream, isang sprinkle ng cocoa powder, o karagdagang biscuit crumbs para sa dagdag na touch ng Pudsey bear flavor.

77.Brownie Hot Chocolate

MGA INGREDIENTS:
- 2 tasang buong gatas
- ½ tasang mabigat na cream
- 3 ounces mapait na tsokolate, tinadtad
- 2 kutsarang unsweetened cocoa powder
- 2 kutsarang butil na asukal
- ¼ kutsarita vanilla extract
- Kurot ng asin
- Whipped cream (para sa dekorasyon)
- Brownie chunks (para sa dekorasyon)

INSTRUCTIONS:

a) Sa isang katamtamang kasirola, init ang gatas at mabigat na cream sa katamtamang apoy hanggang sa magsimula itong kumulo. Huwag hayaang kumulo.

b) Idagdag ang tinadtad na bittersweet chocolate, cocoa powder, granulated sugar, vanilla extract, at isang pakurot ng asin sa kasirola. Haluin ng tuloy-tuloy hanggang matunaw ang tsokolate at maging makinis at maayos ang timpla.

c) Patuloy na painitin ang pinaghalong sa mahinang apoy sa loob ng mga 5 minuto, paminsan-minsang pagpapakilos, hanggang sa bahagyang lumapot.

d) Alisin ang kasirola mula sa apoy at ibuhos ang mainit na tsokolate sa mga tarong.

e) Itaas ang bawat mug ng isang maliit na piraso ng whipped cream at budburan ng ilang brownie chunks ang whipped cream.

f) Ihain kaagad at tamasahin ang iyong masarap na Brownie Hot Chocolate!

78. Açaí Hot Chocolate

MGA INGREDIENTS:
- 1 ½ tasang Açaí puree
- 1 tasang Full-Fat Gatas ng niyog
- 2 ½ kutsarang Cacao Powder
- 1 kutsarita Vanilla Extract
- Kurot ng Asin

INSTRUCTIONS:

a) Idagdag ang lahat ng mga sangkap sa isang maliit na kasirola. Paghaluin upang pagsamahin at dalhin sa isang kumulo sa katamtamang init.

b) Bawasan ang init sa katamtamang kababaan at ipagpatuloy ang pagkulo hanggang sa uminit.

c) Hatiin nang pantay-pantay sa pagitan ng dalawang mug at palamutihan ng iyong paboritong hot cocoa toppings!

79. Black Forest Hot Chocolate

MGA INGREDIENTS:
MAINIT NA TSOKOLATE:
- 1 tasang buong gatas
- 2 kutsarang butil na asukal
- 1 ½ kutsarang unsweetened cocoa powder
- 1 kutsarang Amarena cherry juice
- ½ kutsarita purong vanilla extract
- 1/16 kutsarita ng asin sa dagat
- 1 ½ ounces 72% dark chocolate tinadtad

MGA TOPPING:
- 4 na kutsarang mabigat na whipping cream na hinagupit sa malambot na mga taluktok
- 2 Amarena cherry
- 2 kutsarita ng dark chocolate curls

INSTRUCTIONS:
a) Idagdag ang gatas, asukal, cocoa powder, cherry juice, vanilla, at asin sa isang maliit na kasirola sa katamtamang init at whisk upang pagsamahin.
b) Kapag kumulo, haluin ang tinadtad na tsokolate.
c) Dalhin sa isang kumulo at lutuin hanggang bahagyang lumapot, tungkol sa 1 minuto, whisking palagi.
d) Ibuhos sa 2 mug at itaas ang bawat isa sa kalahati ng whipped cream, 1 cherry, at 1 kutsarita ng chocolate curls.
e) Ihain kaagad.

80. Maanghang na Aztec Hot Chocolate na may Tequila

MGA INGREDIENTS:
- 1 tasang gatas
- ¼ tasa ng mabigat na cream
- 2 ounces maitim na tsokolate, tinadtad
- ¼ kutsarita ng giniling na kanela
- ⅛ kutsarita ng sili na pulbos (adjust sa panlasa)
- 1 onsa tequila

INSTRUCTIONS:
a) Sa isang kasirola, init ang gatas at mabigat na cream sa katamtamang apoy hanggang sa mainit ngunit hindi kumukulo.
b) Alisin ang kasirola mula sa init at idagdag ang tinadtad na dark chocolate. Haluin hanggang matunaw at makinis.
c) Haluin ang giniling na cinnamon, chili powder, at tequila.
d) Ibuhos sa mga mug at palamutihan ng isang sprinkle ng chili powder o whipped cream, kung ninanais.

81.Strawberry Hot Chocolate

MGA INGREDIENTS:
- 2 tasang gatas
- ¼ tasa ng strawberry syrup
- 2 kutsarang unsweetened cocoa powder
- 2 kutsarang butil na asukal
- Whipped cream (opsyonal)
- Mga sariwang strawberry para sa dekorasyon (opsyonal)

INSTRUCTIONS:
a) Sa isang kasirola, haluin ang gatas, strawberry syrup, cocoa powder, at asukal.
b) Ilagay ang kasirola sa katamtamang init at haluin hanggang ang timpla ay mainit at umuusok (ngunit hindi kumukulo).
c) Alisin mula sa init at ibuhos ang mainit na tsokolate sa mga mug.
d) Ibabaw ng whipped cream at palamutihan ng sariwang strawberry kung gusto.

82.Orange Hot Chocolate

MGA INGREDIENTS:
- 2 tasang gatas
- ¼ tasa ng orange juice
- 2 kutsarang unsweetened cocoa powder
- 2 kutsarang butil na asukal
- ½ kutsarita ng orange zest
- Whipped cream (opsyonal)
- Mga hiwa ng orange para sa dekorasyon (opsyonal)

INSTRUCTIONS:
a) Sa isang kasirola, haluin ang gatas, orange juice, cocoa powder, asukal, at orange zest.
b) Ilagay ang kasirola sa katamtamang init at haluin hanggang ang timpla ay mainit at umuusok (ngunit hindi kumukulo).
c) Alisin mula sa init at ibuhos ang mainit na tsokolate sa mga mug.
d) Ibabaw ng whipped cream at palamutihan ng mga hiwa ng orange kung ninanais.

83. Raspberry Hot Chocolate

MGA INGREDIENTS:
- 2 tasang gatas
- ¼ tasa ng raspberry syrup
- 2 kutsarang unsweetened cocoa powder
- 2 kutsarang butil na asukal
- Whipped cream (opsyonal)
- Mga sariwang raspberry para sa dekorasyon (opsyonal)

INSTRUCTIONS:

a) Sa isang kasirola, haluin ang gatas, raspberry syrup, cocoa powder, at asukal.

b) Ilagay ang kasirola sa katamtamang init at haluin hanggang ang timpla ay mainit at umuusok (ngunit hindi kumukulo).

c) Alisin mula sa init at ibuhos ang mainit na tsokolate sa mga mug.

d) Itaas na may whipped cream at palamutihan ng mga sariwang raspberry kung ninanais.

84.Banana Hot Chocolate

MGA INGREDIENTS:
- 2 tasang gatas
- 1 hinog na saging, minasa
- 2 kutsarang unsweetened cocoa powder
- 2 kutsarang butil na asukal
- Whipped cream (opsyonal)
- Mga hiwa ng saging para sa dekorasyon (opsyonal)

INSTRUCTIONS:
a) Sa isang kasirola, haluin ang gatas, minasa na saging, cocoa powder, at asukal.
b) Ilagay ang kasirola sa katamtamang init at haluin hanggang ang timpla ay mainit at umuusok (ngunit hindi kumukulo).
c) Alisin mula sa init at ibuhos ang mainit na tsokolate sa mga mug.
d) Ibabaw ng whipped cream at palamutihan ng hiwa ng saging kung gusto.

85. Nutella Hot Chocolate

MGA INGREDIENTS:
- ¾ tasa ng hazelnut liqueur
- 13-onsa na garapon ng Nutella
- 1-quart kalahati-at-kalahati

INSTRUCTIONS:
a) Ilagay ang kalahati at kalahati sa mababang init sa isang kasirola at idagdag ang Nutella.
b) Magluto ng halos 10 minuto at bago ihain, magdagdag ng hazelnut liqueur.

86.PB&J-inspired na mainit na tsokolate

MGA INGREDIENTS:
- 2 tasang gatas
- ¼ tasa ng creamy peanut butter
- ¼ tasa ng raspberry jelly o jam
- ¼ tasa semi-sweet chocolate chips
- 1 kutsarita vanilla extract
- Whipped cream (opsyonal)
- Chocolate shavings (opsyonal)

INSTRUCTIONS:
a) Sa isang medium-sized na kasirola, init ang gatas sa katamtamang apoy.
b) Idagdag ang peanut butter, raspberry jelly o jam, chocolate chips, at vanilla extract.
c) Paikutin ang pinaghalong palagi hanggang sa matunaw ang chocolate chips at maayos na ang lahat .
d) Alisin ang kawali mula sa init at ibuhos ang halo sa mga tarong.
e) Ibabaw na may whipped cream at chocolate shavings, kung ninanais.
f) Ihain kaagad at tamasahin ang iyong masarap na PB&J hot chocolate!

87. Peanut Butter Banana Hot Chocolate

MGA INGREDIENTS:
- 2 tasang gatas
- 2 kutsarang cocoa powder
- 2 kutsarang tsokolate at peanut spread (homemade o binili sa tindahan)
- 1 hinog na saging, minasa
- Whipped cream (opsyonal)
- Hiniwang saging (opsyonal)

INSTRUCTIONS:
a) Sa isang kasirola, initin ang gatas sa katamtamang apoy hanggang sa mainit ngunit hindi kumukulo.
b) Haluin ang cocoa powder hanggang matunaw.
c) Idagdag ang tsokolate at peanut spread sa kasirola at haluin hanggang sa matunaw at maayos na pinagsama.
d) Haluin ang minasa na saging hanggang sa maisama.
e) Ibuhos ang mainit na tsokolate sa mga mug at itaas na may whipped cream at hiniwang saging, kung ninanais. Ihain nang mainit.

88. Serendipity's Frozen Hot Chocolate

MGA INGREDIENTS:
- 1 ½ kutsarita ng pinatamis na Van Houton cocoa
- 1 ½ kutsarita ng Droste cocoa
- 1 ½ kutsarang asukal
- 1 kutsarang matamis na mantikilya
- ½ tasang gatas
- 3 onsa dark and light Godiva flavored chocolate (o sa panlasa)
- ½ onsa bawat isa sa iba't ibang de-kalidad na tsokolate
- 1 masaganang sandok ng pinaghalong imported na tsokolate
- ½ pint na gatas
- ½ quart dinurog na yelo
- Whipped cream (para sa topping)
- Grated chocolate (para sa dekorasyon)
- 2 straw
- Iced kutsarita

INSTRUCTIONS:

a) Sa isang double boiler, tunawin ang pinatamis na Van Houton cocoa, Droste cocoa, asukal, at matamis na mantikilya, hinahalo hanggang sa maging makinis na paste.

b) Magdagdag ng dark at light Godiva-flavored chocolate at iba't ibang de-kalidad na tsokolate sa double boiler. Ipagpatuloy ang pagtunaw ng mga tsokolate, unti-unting idagdag ang gatas habang patuloy na hinahalo hanggang sa maging makinis ang timpla.

c) Hayaang lumamig ang timpla sa temperatura ng kuwarto. Kapag pinalamig, ilipat ito sa isang quart blender.

d) Idagdag ang masaganang sandok ng timpla ng mga imported na tsokolate, ½ pint ng gatas, at dinurog na yelo sa blender.

e) Haluin ang lahat ng mga sangkap hanggang sa maabot ng timpla ang iyong ninanais na pagkakapare-pareho. Kung ito ay masyadong makapal, maaari kang magdagdag ng higit pang gatas o yelo upang ayusin ito.

f) Ibuhos ang Frozen Hot Chocolate sa isang mangkok ng grapefruit o isang serving glass.

g) Itaas ito ng isang punso ng whipped cream at iwiwisik ang gadgad na tsokolate sa ibabaw ng whipped cream.

h) Magpasok ng dalawang straw sa Frozen Hot Chocolate para higupin at ihain kasama ng isang iced na kutsarita para lamunin.

89.Amaretto Hot Chocolate

MGA INGREDIENTS:
- 1 ½ ounces Amaretto liqueur
- 6 na onsa ng mainit na tsokolate
- whipped cream (opsyonal)
- tsokolate shavings (opsyonal)

INSTRUCTIONS:
a) Magdagdag ng Amaretto liqueur sa isang mug.
b) Ibuhos ang mainit na tsokolate sa Amaretto.
c) Haluin upang pagsamahin.
d) Ibabaw na may whipped cream at chocolate shavings, kung ninanais.

90. Mainit na Tsokolate na Nilagyan ng Alak

MGA INGREDIENTS:
- ½ tasa ng full cream na gatas
- ½ tasa kalahati-at-kalahati
- ¼ tasa ng dark chocolate chips
- ½ tasa ng Shiraz
- Ilang patak ng vanilla extract
- 1 kutsarang asukal
- Maliit na kurot ng asin

INSTRUCTIONS:
a) Pagsamahin ang gatas, kalahati at kalahati, dark chocolate chips, vanilla extract, at asin sa isang kawali sa mahinang apoy.
b) Patuloy na haluin upang maiwasang masunog ang tsokolate sa ibaba, hanggang sa ganap itong matunaw.
c) Kapag maganda at mainit, alisin ito sa apoy at ibuhos ang vino.
d) Haluing mabuti.
e) Tikman ang mainit na tsokolate at ayusin ang tamis gamit ang asukal.
f) Ibuhos sa isang hot chocolate mug at ihain kaagad.

91. Spiked Peppermint Hot Chocolate

MGA INGREDIENTS:
- 1 tasang gatas
- ¼ tasa ng mabigat na cream
- 4 ounces semi-sweet chocolate, tinadtad
- ¼ kutsarita ng peppermint extract
- 2 ounces peppermint schnapps

INSTRUCTIONS:
a) Sa isang kasirola, init ang gatas at mabigat na cream sa katamtamang apoy hanggang sa mainit ngunit hindi kumukulo.
b) Alisin ang kasirola mula sa init at idagdag ang tinadtad na tsokolate. Haluin hanggang matunaw at makinis.
c) Ihalo ang peppermint extract at peppermint schnapps.
d) Ibuhos sa mga mug at palamutihan ng whipped cream at durog na peppermint candies, kung ninanais.

92. RumChata Spiced Hot Chocolate

MGA INGREDIENTS:
- 1 tasang gatas
- ¼ tasa ng mabigat na cream
- 2 ounces semi-sweet chocolate, tinadtad
- ½ kutsarita ng giniling na kanela
- 1-onsa na RumChata

INSTRUCTIONS:

a) Sa isang kasirola, init ang gatas at mabigat na cream sa katamtamang apoy hanggang sa mainit ngunit hindi kumukulo.

b) Alisin ang kasirola mula sa init at idagdag ang tinadtad na tsokolate. Haluin hanggang matunaw at makinis.

c) Haluin ang giniling na kanela at RumChata .

d) Ibuhos sa mga mug at palamutihan ng isang sprinkle ng cinnamon o whipped cream, kung ninanais.

93.Spiced Orange Hot Chocolate

MGA INGREDIENTS:
- 1 tasang gatas
- ¼ tasa ng mabigat na cream
- 2 ounces maitim na tsokolate, tinadtad
- Sarap ng 1 orange
- ¼ kutsarita ng giniling na kanela
- 1 onsa Grand Marnier

INSTRUCTIONS:
a) Sa isang kasirola, init ang gatas at mabigat na cream sa katamtamang apoy hanggang sa mainit ngunit hindi kumukulo.
b) Alisin ang kasirola mula sa init at idagdag ang tinadtad na dark chocolate. Haluin hanggang matunaw at makinis.
c) Haluin ang orange zest, ground cinnamon, at Grand Marnier.
d) Ibuhos sa mga mug at palamutihan ng orange zest o whipped cream, kung gusto.

94. Cafe Au Lait

MGA INGREDIENTS:
- 3 kutsarang Instant na kape
- 1 tasang Gatas
- 1 tasang Banayad na cream
- 2 tasang tubig na kumukulo

INSTRUCTIONS:
a) Magsimula sa pamamagitan ng malumanay na pag-init ng gatas at cream sa mahinang apoy hanggang sa umabot sa mainit na temperatura.
b) Habang umiinit ang gatas at cream, i-dissolve ang instant na kape sa kumukulong tubig.
c) Bago ihain, gumamit ng rotary beater para hagupitin ang pinaghalong pinaghalong gatas hanggang sa maging mabula.
d) Susunod, kumuha ng pre-warmed pitcher at ibuhos dito ang mabula na pinaghalong gatas. Sa parehong oras, ibuhos ang brewed na kape sa isang hiwalay na pitsel.
e) Kapag handa ka nang maglingkod, punuin ang mga tasa sa pamamagitan ng sabay-sabay na pagbuhos mula sa magkabilang pitcher, na hayaang magsama-sama ang mga batis habang nagbubuhos ka.

95. Classic Americano

MGA INGREDIENTS:
- 1 shot ng espresso
- Mainit na tubig

INSTRUCTIONS:
a) Maghanda ng isang shot ng espresso sa pamamagitan ng paggawa nito.
b) Ayusin ang lakas ng espresso ayon sa gusto mo sa pamamagitan ng pagdaragdag ng mainit na tubig.
c) Ihain ito ayon sa dati o pagandahin ang lasa na may cream at asukal kung ninanais.

96.Macchiato

MGA INGREDIENTS:
- 2 shot ng espresso (2 onsa)
- 2 onsa (¼ tasa) ng foam mula sa buong gatas

INSTRUCTIONS:
a) Gumamit ng alinman sa isang espresso machine o isang manual na gumagawa ng espresso upang maghanda ng isang shot ng espresso.
b) Ilipat ang espresso sa isang mug. Bilang kahalili, isaalang-alang ang paggamit ng Aeropress upang magluto ng espresso.
c) Kung gumagamit ka ng espresso machine, magpainit ng ½ tasa ng gatas hanggang sa ito ay mapaso. Sa huli, kakailanganin mo lang ng ¼ tasa ng milk froth.
d) Painitin ang gatas sa temperaturang 150 degrees Fahrenheit; dapat itong makaramdam ng init sa pagpindot ngunit hindi dapat kumukulo. Maaari mong sukatin ito gamit ang isang thermometer ng pagkain o sa pamamagitan ng pagsubok nito gamit ang iyong daliri.
e) Gumamit ng espresso machine, milk frother, French press, o whisk para bula ang gatas na maging maliliit at magkatulad na bula.
f) Para sa isang macchiato, layuning gumawa ng maraming "dry foam," na siyang mahangin na iba't ibang froth. Ang isang milk frother ay partikular na gumagana para sa pagkamit ng ganitong uri ng foam.
g) Gamit ang isang kutsara, maingat na alisin ang tuktok na layer ng foam (ang dry foam) at dahan-dahang ilagay ito sa ibabaw ng espresso. Dapat kang gumamit ng humigit-kumulang ¼ tasa ng foam para sa isang serving.

97.Mocha

MGA INGREDIENTS:
- 18g ground espresso o 1 espresso pod
- 250ml na gatas
- 1 kutsarita pag-inom ng tsokolate

INSTRUCTIONS:
a) Magtimpla ng humigit-kumulang 35ml ng espresso gamit ang isang coffee machine at ibuhos ito sa ilalim ng iyong tasa. Idagdag ang inuming tsokolate at ihalo ito ng maigi hanggang sa maging makinis.
b) Gamitin ang steamer attachment para bula ang gatas hanggang sa magkaroon ito ng mga 4-6cm na foam sa ibabaw. Hawakan ang pitsel ng gatas na may spout na mga 3-4cm sa itaas ng tasa at ibuhos ang gatas sa isang tuluy-tuloy na daloy.
c) Habang tumataas ang antas ng likido sa tasa, dalhin ang pitsel ng gatas nang mas malapit sa ibabaw ng inumin hangga't maaari habang idinidirekta ito patungo sa gitna.
d) Kapag ang pitsel ng gatas ay halos dumampi sa ibabaw ng kape, ikiling ito upang mas mabilis na mabuhos. Habang ginagawa ito, tatama ang gatas sa likod ng tasa at natural na tupi sa sarili nito, na lumilikha ng pandekorasyon na pattern sa ibabaw ng iyong mocha.

98.Latte

MGA INGREDIENTS:
- 18g ground espresso o 1 espresso pod
- 250ml na gatas

INSTRUCTIONS:

a) Magsimula sa pamamagitan ng paggawa ng humigit-kumulang 35ml ng espresso gamit ang iyong coffee machine at ibuhos ito sa ilalim ng iyong tasa.

b) I-steam ang gatas gamit ang steamer attachment hanggang sa magkaroon ito ng humigit-kumulang 2-3cm ng foam sa ibabaw.

c) Hawakan ang pitsel ng gatas na ang spout ay nakaposisyon nang mga 3-4cm sa itaas ng tasa, at ibuhos ang gatas nang tuluy-tuloy.

d) Kapag ang pitsel ng gatas ay malapit nang dumampi sa ibabaw ng kape, ikiling ito upang mapataas ang bilis ng pagbuhos. Habang ginagawa mo ito, tatama ang gatas sa likod ng tasa at natural na magsisimulang tiklupin ang sarili nito, na lumilikha ng pandekorasyon na pattern sa itaas.

99.Baileys Irish Cream Hot Chocolate

MGA INGREDIENTS:
- 1 tasang gatas
- ¼ tasa ng mabigat na cream
- 2 ounces semi-sweet chocolate, tinadtad
- 1 onsa Baileys Irish Cream

INSTRUCTIONS:
a) Sa isang kasirola, init ang gatas at mabigat na cream sa katamtamang apoy hanggang sa mainit ngunit hindi kumukulo.
b) Alisin ang kasirola mula sa init at idagdag ang tinadtad na tsokolate. Haluin hanggang matunaw at makinis.
c) Haluin ang Baileys Irish Cream.
d) Ibuhos sa mga mug at itaas na may whipped cream o marshmallow, kung ninanais.

100. Mexican Spiced Coffee

MGA INGREDIENTS:
- 6 na cloves
- 6 na kutsarang tinimplang Kape
- 6 Julienne orange zest
- 3 cinnamon sticks
- ¾ tasa brown sugar, mahigpit na nakabalot
- Whipped cream (opsyonal)

INSTRUCTIONS:

a) Sa isang malaking kasirola, magpainit ng 6 na tasa ng tubig kasama ang brown sugar, cinnamon sticks, at cloves sa katamtamang init hanggang sa uminit ang timpla ngunit mag-ingat na huwag itong kumulo.

b) Isama ang kape at pakuluan ang pinaghalong, paminsan-minsan ay hinahalo ng 3 minuto.

c) Salain ang kape sa pamamagitan ng isang pinong salaan at ihain ito sa mga tasa ng kape, pinalamutian ng orange zest.

d) Ibabaw na may whipped cream kung ninanais.

KONGKLUSYON

Habang tinatapos namin ang aming paglalakbay sa fireside sa pamamagitan ng "PINAKAMAHUSAY PAG-IILAW NG APOY MGA PAMPAINIT 2024," umaasa kaming naranasan mo na ang kagalakan sa paglikha ng mga komportable at di malilimutang sandali sa paligid ng campfire. Ang bawat recipe sa loob ng mga page na ito ay isang pagdiriwang ng init, lasa, at pagsasama-sama na tumutukoy sa mga pagtitipon sa fireside—isang patunay sa simpleng kasiyahan ng pagbabahagi ng mga inumin, matatamis, at mga maibabahagi sa piling ng mga kaibigan at mahal sa buhay.

ka man ng spiced cider sa ilalim ng mga bituin, nagpakasawa sa malapot na s'mores by the fire, o nagbahagi ng masasarap na kagat sa mga kaibigan, nagtitiwala kami na ang mga fireside warmer na ito ay nagdagdag ng kakaibang magic sa iyong mga karanasan sa labas. Higit pa sa mga recipe, nawa'y ang konsepto ng mga pagtitipon sa fireside ay maging mapagkukunan ng kagalakan, koneksyon, at paglikha ng mga itinatangi na alaala.

Habang patuloy mong tinatamasa ang init ng campfire, nawa'y ang "PINAKAMAHUSAY PAG-IILAW NG APOY MGA PAMPAINIT 2024" ang iyong mapagkakatiwalaang kasama, na magbibigay sa iyo ng iba't ibang magagandang opsyon para mapahusay ang iyong mga sandali sa labas. Narito ang dumadagundong na apoy, ang maaliwalas na pagtitipon, at ang pinakahuling mga pampainit sa fireside na ginagawang espesyal ang bawat panlabas na gabi. Cheers sa paglikha ng pangmatagalang alaala sa paligid ng campfire!

www.ingramcontent.com/pod-product-compliance
Lightning Source LLC
Chambersburg PA
CBHW071911110526
44591CB00011B/1630